Maisha Yangu
NA
Baada ya Miaka Hamsini

SHAABAN ROBERT

KIMECHAPISHWA NA
Mkuki na Nyota Publishers Ltd
S.L.P. 4246
Dar es Salaam, Tanzania
www.mkukinanyota.com

ISBN 978-9976-973-16-7

Hii ni hadithi ya *Maisha Yangu na Baada ya Miaka Hamsini* iliyoandikwa na Shaaban Robert katika lugha ya Kiswahili na kuchapishwa na Mkuki na Nyota Publishers, Dar es Salaam, Tanzania mwaka 1991.
Hii ni Chapa ya Nne kutoka Mkuki na Nyota Publishers, 2013.

Sanifu na Chapa Mpya
2015, 2018

Haki zote zimehifadhiwa. Hairuhusiwi kunakili, kuchapisha sehemu ya kitabu hiki, kuhifadhi au kukibadili katika njia au namna au mfumo wowote, kutoa vivuli, kurekodi au vinginevyo bila idhini ya maandishi kutoka kwa mchapishaji Mkuki na Nyota Publishers Ltd.

Tembelea tovuti yetu; www.mkukinanyota.com kusoma zaidi kuhusu vitabu vyetu na kununua pia. Unaweza pia kupata mahojiano ya waandishi wetu na habari kuhusu wachapishaji/matukio mengine. Jiunge ili kupata majarida yetu ya mtandaoni habari na matoleo mapya.

Kinasambazwa ulimwenguni nje ya Afrika na African Books Collective.
www.africanbookscollective.com

YALIYOMO

Dibaji v

MAISHA YANGU

Utangulizi 2
Umri 3
Maisha ya Nyumbani 4
Utenzi wa Hati 8
Utenzi wa Adili 23
Mke wa Pili 38
Idara ya Forodha 41
Uhamisho 44
Mapumziko 48
Abiria Cheo cha Pili 51
Idara ya Utunzaji wa Wanyama 54
Naondoka Mpwapwa 59
Idara ya Utawala 62
Nilikuwa Mshairi 64

BAADA YA MIAKA HAMSINI

Utangulizi 68
Bima 69
Siasa 73
Mwandishi 76
Ukinzani 81
Kustaafu 103
Msuso 107
Upigishaji Chapa 110
Matukio 113
Kielelezo cha Msamiati Kiabjadi 117

DIBAJI

Ni fahari kubwa kwangu kukaribishwa kuandika maneno machache kuhusu kazi na sifa za marehemu Shaaban Robert kuhusu ufanisi wa lugha ya Kiswahili.

Jina la marehemu Shaaban Robert limeota mwamba usiobomoka mioyoni mwa Waafrika wengi wa Afrika ya Mashariki katika karne yetu ya leo. Sifa za marehemu huyu zimeenea pote duniani kwa kazi kubwa aliyoifanya kwa kalamu yake kuihuisha lugha ya Kiswahili na kuieneza makini yake.

Alikuwa mshairi maarufu wa zamani zake na kila aliyewahi kusoma tungo zake katika gazeti la Mambo Leo hakukosa kupata fundisho fulani kwa tungo hizo.

Kazi alizokwisha kuziandika na kusomwa na watu, zastahili kusomwa mara kwa mara, na tena kwani mbinu ya kalamu yake mpaka dakika ya kufa kwake ilikuwa ya hekima tupu (au kwa kileo tusemavyo ya Filosofia).

Napenda kuchukua fursa hii kuwashawishi wasomaji kuzidi kusoma kazi za marehemu huyu ili wapate hekima za maandishi yake, kadhalika na kuwaomba nao wafuate nyayo zake katika kuindeleza na kuikuza lugha hii ya Kiswahili - iliyo ya Taifa la Tanzania.

Wakati huu nikiwa Waziri wa Elimu sina budi kutoa shukrani nyingi kwa kazi hizi za Shaaban Robert kwani zinatufaa sana kwa ufundishaji katika vyuo vya Tanzania. Mafundisho yake ni makubwa kwa mawazo yake na kwa lugha yake vilevile.

Namaliza kwa kuwaomba wote watakaokisoma kitabu hiki, na hasa Watanzania, wajifunze vyema toka maisha ya marehemu msanifu huyu maarufu wa lugha yetu ya Taifa.

S. N. Eliufoo
Waziri wa Elimu
Dar es Salaam
Juni, 1966

MAISHA YANGU

UTANGULIZI

MIAKA kumi imepita tangu mwandishi wa kitabu hiki alipoandika insha juu ya maisha yake mwenyewe iliyosimulia kwa muhtasari utoto, michezo, vyuo, kumbi, utu uzima, kazi na arusi. Insha yake ilifaulu ikapata tuzo ya kwanza katika shindano la kuandika insha lililofanywa Afrika Mashariki katika mwaka wa 1936. Tangu wakati huo mambo mengine mengi yaliyohusu maisha yake yalitokea kwa maendeleo ya umri au yalibadilika kwa kufuata hali mpya. Mambo hayo mengine yalipasa kusimuliwa vilevile ili kuhitimisha hadithi ya maisha yake. Kwa hivi kitabu hiki hakikariri matokeo yaliyokwisha kuhadithiwa ila mambo ambayo kwanza hayakuelezwa. Kwa sababu hii mwandishi huyu ameacha kando mambo yote yaliyotokea katika miaka ishirini na sita ya maisha yake.

Shaaban Robert
Tanga
Tanganyika Territory
Septemba 1, 1946

UMRI

NILIKUWA na umri wa miaka ishirini na saba. Maisha yalikuwa bado mapya na matumaini yake yalikuwa mengi sana. Katika afya nilikuwa nimejaa utomvu wa uzima na katika moyo furaha. Kichwa kilikuwa bado kuota mvi na ugonjwa ulikuwa mbali na mwili. Uchovu ulikuwa kitu kigeni kukiona mwilini. Nilikuwa katika mwanzo tu wa maisha; bado sijafika katikati wala mwisho wake. Kurasa za maisha yangu yaliyopita zilikuwa chache na matendo haba yaliyoandikwa juu yake katika wakati wa nyuma yalikuwa hayawezi kuwatamanisha wengine kuyanakili wala kuniridhisha mimi mwenyewe.

Wakati mmoja nilifikiri kuwa yote yaliyo azizi au bora kwa mtu ni matendo yake aliyotenda zamani; na kwa kuwa mimi sikupata kutenda tendo lo lote la maana nilijiona sawa kabisa na maskini. Wazo hili lilibatilishwa na fikira kuwa pengine ubora wa mtu huwezekana kuwa katika wakati ujao. Kwa kujifariji hivi nilijiandaa kusaburi kwa uangalifu sana nishike bahati yangu wakati wo wote itokeapo. Kwa desturi bahati ina miujiza mingi sana. Haina ahadi na mtu ye yote na rnara nyingi huchelewa kwenda kwa mtu. Kwa hivi wakati mwingi ulipita katika kungoja. Baadaye bahati ilitokea lakini mara kwa mara niliposimama wima kuiendea niliteleza nikaanguka chini. Nilipotaka kunyosha mkono kuishika yalitokea mazuio ambayo sikuyatazamia au nilifungiwa milango ya mbele nisionane nayo.

Milango ya nyuma ya kuifikia bahati ilikuwapo mingi lakini haikunishawishi hata kidogo. Nilitaka ikiwezekana niweze kuwajihiana na bahati uso kwa uso mbele ya hadhara siyo mafichoni. Yamkini mtauliza. Ulingoja bahati gani? Bahati niliyokuwa nikingoja ilikuwa ni ya kutenda jambo lisilo aibu mbele ya macho ya watu katika maisha yangu yote. Ikiwa kabla ya umri wangu wa sasa nilipata kutenda aibu ambayo mimi mwenyewe sifahamu lakini inayokumbukwa na wengine nilitaka nisitende tena aibu hiyo katika wakati wangu ujao.

Labda utashangaa sababu mimi nilitaka sana bahati ya namna hii badala ya bahati ya vitu kama vile utajiri au mamlaka juu ya watu vinavyotafutwa na wengi kwa sababu ya fahari yake. Nasadiki kuwa utajiri ni kitu cha tamaa na mamlaka yana fahari lakini nilivihofu vitu hivi sababu pengine wenye vitu hivi kwa wingi na kufurika aibu iliwatia alama mbaya sana. Niliona mamia ya watu waliouza roho zao kwa vitu hivi lakini pato lao lote lilikuwa ni uharibifu wa majina yao. Ukosefu wa jina zuri ni ukiwa mkubwa duniani. Jambo hili sikulipenda. Nilitaka niwe na jina lililo mbali na madoa katika umaskini na unyonge wakati wote wa maisha yangu. Maisha ya mtu ni msingi wa maendeleo ya nchi. Doa lolote liwezekanalo kuzuiwa kuyaaibisha ni wajibu kushindwa kabisa.

Jambo hili likiwa jepesi au gumu, kumpa moyo mtu au uchovu, mimi nilikusudia kulipata kwa hali yo yote. Kama nikishindwa kufaulu kupata lote nilitaka nipate nusu au robo yake. Kidogo bora kuliko kukosa kabisa; na jaribu dogo la wema bora kuliko kubwa la ubaya. Kurasa za mbele zitaeleza matendo.

MAISHA YA NYUMBANI

JAMBO moja kubwa katika mambo ya huzuni kwa watu wote sasa lilitokea. Mke wangu mpenzi alishikwa na maradhi na baada ya muda kidogo wa udhaifu na maumivu akafariki dunia. Matengano haya kati yetu yalitokea baada ya miaka kumi ya kuishi pamoja kwa mapenzi, amani, raha na buraha. Tokeo hili lilikuwa pigo kubwa sana kwangu na msiba katika nyumba nzima. Marehemu huyu alikuwa johari ya maisha yangu, tegemeo na mshauri mwema. Alinisaidia katika mambo mengi wakati wa maisha yetu pamoja ambayo yangalinishinda kuyatenda mimi peke yangu.

Sura yake ilikuwa jamali kwa kimo cha kadiri. Uso ulikuwa mviringo wa yai, nywele nyeusi za kushuka, paji pana, nyusi za upindi, macho mazuri yaliyokuwa na tazamo juu ya kila kitu, kope za kitana, masikio ya kindo yasiyopitwa na sauti ndogo, meno yenye mwanya yaliyojipanga vizuri mithili ya lulu katika chaza, ulimi wa fasaha na maneno ya kiada yaliyotawaliwa kila wakati, midomo ya imara isiyokwisha tabasamu, sauti pole na tamko kama wimbo, kidevu cha mfuto katikati yake palikuwa na kidimbwi kidogo, shingo kama mnara ambayo juu yake paliota kichwa cha mawazo mengi, chini ya shingo mabega yalikuwa kama matawi ya maua, kifua cha madaha, mikono ya mbinu, tumbo jembamba, miundi ya kunyooka na miguu ya mvungu. Uzuri wake ulikuwa kamili.Kwa tabia alikuwa mwaminifu na mfano wa kuiga katika nyumba.

Wanawake ni wengi kama walivyo wanaume lakini wenye sura kama iliyoelezwa ni adimu sana kukutana nao katika dunia. Kabla ya kuoa nilitafuta umbo namna yake muda wa miaka kumi. Kwa maisha mafupi kama tuliyo nayo sasa miaka kumi si muda mdogo; basi kutafuta kwangu kulikuwa si rahisi. Kitu nilichokuwa nikitafuta kwa muda huo wote nilikipata mwisho lakini baada ya miaka kumi tu mingine kilikwenda safari watu wasiyorudi na wito usikofika. Mauti yake ya mapema yalikuwa ni msiba na hasara kubwa sana kwangu. Nilishindwa kujizuia kama nilivyotaka kulia kama hivi:

Amina

1 Amina umejitenga, kufa umetangulia,
Kama ua umefunga, baada ya kuchanua,
Nakuombea mwanga, Peponi kukubaliwa,
Mapenzi tuliyofunga, hapana wa kufungua.

2   Nilitaka unyanyuke, kwa kukuombea dua,
    Sikupenda ushindike, maradhi kukuchukua,
    Ila kwa rehema yake, Mungu amekuchagua,
    Mapenzi tuliyofunga, hapana wa kufungua.

3   Majonzi hayaneneki, kila nikikumbukia,
    Nawaza kile na hiki, naona kama ruia,
    Mauti siyasadiki, kuwa mwisho wa dunia,
    Mapenzi tuliyofunga, hapana wa kufungua.

4   Nasadiki haziozi, roho hazitapotea,
    Twafuata wokozi, kwa mauti kutujia,
    Nawe wangu penzi, Peponi utaingia,
    Mapenzi tuliyofunga, hapana wa kufungua.

5   Jambo moja nakumbuka, sahihi ninalijua,
    Kuwa sasa umefika, ta'bu isikosumbua,
    Kwayo nimefurahika, nyuma nilikobakia,
    Mapenzi tuliyofunga, hapana wa kufungua.

6   Ninamaliza kutunga, kwa kukuombea dua,
    Vumbi tena likiunga, roho likirudishiwa,
    Mauti yakijitenga, mapenzi yatarejea,
    Mapenzi tuliyofunga, hapana wa kufungua.

Machozi yalinitoka mengi sana yakatosa macho, uso na kifua. Yalikuwa hayazuiliki sababu pigo zito lililonijia Iililegeza sukurubu za milizamu yake yote. Yalitiririka kama maji katika mahali wazi. Hii ilikuwa ni mara ya pili kulia tangu msiba wa marehemu baba yangu niliyemheshimu kama mfalme na kumpenda kuliko majohari yote ya dunia. Machozi tumeumbwa nayo katika miili yetu na kumwagika kwake kwa tokeo kama lile ni wajibu kwa wanadamu. Mimi sikulianza jambo hili. Lilikuwa likienda duniani tangu wakati usiokumbukwa na watu.

Wakati huo nilikuwa nimekwisha kupata watoto wawili. Mmoja alikuwa ni mwana na wa pili alikuwa ni binti. Binti Alikuwa kifunguamimba na mwana alikuwa kiitindamimba katika ndoa yangu ya kwanza. Niliwapenda kwa mapenzi ya sawa kama baba na mama nikawatunza kama mboni mbili za macho yangu. Nilisikitishwa mno kwa ukosefu wa malezi ya mama yao lakini nilikuwa sina uwezo wa kumwita arudi duniani tena. Uwezo kama huo sikunyimwa mimi peke yangu tu, hata watu wengine wote walikuwa hawana. Badala yake ilinipasa nijaribu kutenda jambo jingine bora nililoweza mahali pa malezi ya mama yao. Basi niliandika tenzi mbili mbalimbali, mmoja kwa kila mtoto. Tenzi hizi hazikutokea kuwa sawa na malezi ya mama; lakini methali husema kuwa aliyekosa titi la mama la mbwa huamwa. Nakili za tenzi msemazo zitaonekana baada ya sura hii.

UTENZI WA HATI

1. Leo nataka binti,
   Ukae juu ya kiti,
   IIi uandike hati,
   Hati Ndogo ya wasia.

2. Mimi kwako ni baba,
   Hati hii ni ya huba,
   Andika iwe akiba,
   Asaa itakufaa.

3. Bado ungali kijana,
   Na dunia ngumu sana,
   Kukufunza we kuona,
   Ni jambo la welekea.

4. Kwa faidayo mtoto,
   Kwanza andika vito,
   Vya kima pia uzito
   Ufananishe tabia.

5. Ulimwengu una adha,
   Nijaze kadha wa kadha,
   Uitunze kama fedha,
   Hati utabarikiwa.

6 Dunia ina aibu,
   Hati hii ni dhahabu,
   Itunze kama sahibu,
   Itakupa manufaa.

7 Usifanye tashititi,
   Na watu kuwasaliti,
   Hati hii ni yakuti,
   Nakupa kama hidaya.

8 Kama utaikariri,
   Hati na kuifikiri,
   Utaona ni johari,
   Ndipo hakutunukia.

9 Hati iwe zumaridi,
   Katika yako fuadi,
   Ambaa na ufisadi,
   Utiao utu doa.

10 Hati hii ni lulu,
   Iweke utafaulu,
   Wema hawatahulu
   Baraka kukuombea.

11 Kuombewa njema dua,
   Mtu mema hujaliwa,
   Siri nzito kutambua,
   Na heri kumfikia.

12 Aombewaye laana,
   Dua zikizidi sana,
   Wokovu huwa hana,
   Ila ni kuangamia.

13 Mungu hutia kabuli,
    Katika zetu kauli,
    Maamuzi ya ukweli
    Ndiye anayeyatoa.

14 Sauti ilo nyembamba,
    Hupaa ya kana kwamba,
    Ina mbawa zimepambwa,
    Kwenda tusikojua.

15 Hasa imethibitika,
    Kabisa bila shaka,
    Neno likitamkwa,
    Katika hewa hupaa.

16 Hupaa hata ng'ambo,
    Aliko Mwelewa mambo,
    Wala hapana jambo,
    Yeye asilosikia.

17 Hati haya isemayo,
    Fananisha na radio,
    Sauti yendavyo mbio,
    Toka mbali kukujia.

18 Hati hii muktasi,
    Tunza kama almasi,
    Jihadhari na matusi,
    Kinywa ovyo kuyatoa.

19 Tena uwe azizi,
    Kila unapobarizi,
    Hati hii ni feruzi,
    Kama utaangalia.

20 Dunia ni mvurugo,
    Japo hati ni ndogo,
    Ukiitunza mitego,
    Mibaya utaambaa.

21 Hati usione nzito
    Nakupa huba mtoto,
    Itakuletea pato,
    Muangaza wa dunia.

22 Mtoto ishiketo,
    Cheche huzaa moto
    Mto huanza kijito,
    Tone bahari na ziwa.

23 Weka na kuihifadhi,
    Kwako iwe kama radhi,
    Mambo ya hii ardhi,
    Watu wengi husumbua.

24 Hati hii ni mali,
    Kwa mtu mwenye akili,
    Ifanye kama kipuli,
    Siku yakujikwatua.

25 Fanya kama kipini,
    Bora hakina kifani,
    Itaongeza uoni,
    Hati ukishikilia.

26 Nakupa iwe hereni,
    Pambo la masikioni,
    Hati iweke moyoni,
    Siku moja itafaa.

27 Shikamana na ibada,
   Kutimiza kila muda,
   Na kesho ina faida,
   Ikisha hii dunia.

28 Dini mali ya roho,
   Mwili ni kama joho,
   Unapoteza uroho,
   Na anasa za dunia.

29 Hati hii ni nuru,
   Shika nakuamuru,
   Mungu atakunusuru,
   Akuepushe na baa.

30 Jifunze pata elimu,
   Uwe mtu taalamu,
   Halali na haramu,
   Uweze kupambanua.

31 Elimu kitu kizuri,
   Kuwa nayo ni fahari,
   Sababu humshauri,
   Mtu la kutumia.

32 Hati nakupa kafara,
   Weka ni kitu bora,
   Utaokoka madhara,
   Na mengi yenye udhia.

33 Upishi mwema kujua,
   Na mume kumridhia,
   Neno analokwambia,
   Kwako itakuwa taa.

34 Na mume msishindane,
   Wala msinuniane,
   Jitahidi mpatane,
   Ndiyo maisha ya ndoa.

35 Uifanye kila hali,
   La mume kulikubali,
   Ila lisilo halali,
   Kukataa si hatia.

36 Nyumba yako inadhifu,
   Kwa kufagia uchafu,
   Kila mdudu dhaifu,
   Asipate pa kukaa.

37 Ziko nyingine amali,
   Kujifunza ni halali,
   Taabu zikikabili,
   Uwe umejiandaa.

38 Zikikukuta tayari,
   Taabu hazihasiri,
   Wala huwezi kukiri,
   Kukushawishi vibaya.

39 Taabu zikikukuta,
   Waweza nazo kuteta,
   Njia ipi ya kupita,
   Lazima zitakwachia.

40 Lakini zikikuona,
   Hawezi nazo pigana,
   Zitakusumbua sana,
   Hati hii yafunua.

41 Tia katika moyo,
    Nia ya maendeleo,
    Hati hii ni cheo,
    Kushinda ovu andaa.

42 Maovu yanavizia,
    Na mtu kujiandaa,
    Kuweza kuyazuia,
    Tuzo bora hupewa.

43 Hati nakupa ni ngao,
    Ndiyo usiseme siyo,
    Siyo ukasema ndiyo,
    Kubatilisha vibaya.

44 Kutumika ni sharti,
    Wajibu kwa kila binti,
    Usiingoje bahati,
    Yote ije kutendea.

45 Watu wengi huchelewa,
    Kwa kungoja kutendewa,
    Bahati wakaumbua,
    Zingatia sana haya.

46 Wakati watanabahi,
    Mtu sharti kuuwahi,
    Wakati huwezi usihi,
    Kungoja ni kupotea.

47 Wakati unateleza,
    Una nuru nalo giza,
    Wapo wanaopoteza,
    Kwa kungojeangojea.

48 Hati unayopewa,
   Kama utafanya nia,
   Daima kuushikilia,
   Huzami utaelea.

49 Majivuno hayafai,
   Yanaleta uadui,
   Japo mtu humjui,
   Kumdunisha hatia.

50 Usishiriki uongo,
   Ijara upate hongo,
   Mtu mwongo ni msungo,
   Masuto mengi hupewa.

51 Masuto sio mazuri,
   Yanapunguza kadiri,
   Jitahidi kujibari,
   Mbali uyasukume madoa.

52 Jambo usiloliona,
   Haifai kunong'ona,
   Hilo jambo ni fitina,
   Mungwana ya kujitoa.

53 Ulimi kulainisha,
   Neno likafurahisha,
   Ni furaha ya maisha,
   Kila wakati tumia.

54 Ulimi wa pilipili,
   Hutenga watu wawili,
   Kuishi mbalimbali,
   Hii hasara sikia.

55 Ulimi ulio tamu,
   Hupendeza wanadamu,
   Cheko na tabasamu,
   Unalosema hupewa.

56 Hupendeza wasikizi,
   Wakati wa maongezi,
   Hili ni jambo azizi,
   Wajibu kuliania.

57 Ulimi mzuri mali,
   Huvuta walio mbali,
   Kusikiliza kauli,
   Namna unavyotoa.

58 Tena nakupa fununu,
   Sikiliza sana nunu,
   Kila lilokuwa tunu,
   Kulipata fanya nia.

59 Usoni kuwa na haya,
   Juu ya jema na baya,
   Na akili ya kutua,
   Pambo katika dunia.

60 Mawili haya ni ghali,
   Kukosa usikubali,
   Joharize mtu mbili,
   Ni akili pia haya.

61 Hizi ni tunu thabiti,
   Ashikaye madhubuti,
   Hakosi kupata kiti,
   Cha heshima kukalia.

62 Hati yasema kwamba,
   Mwanamke zampamba,
   Nje na katika nyumba,
   Akiwa azitumia.

63 Ujitenge na kutu,
   Inayoharibu utu,
   Mwanamke hawi kitu,
   Aibu akiingia.

64 Mke ni nguo yeupe,
   Doa katika utepe,
   Jihadhari usiipe,
   Haihimili madoa.

65 Kuwapenda watukufu,
   Kwa kumilki sarafu,
   Na fukara kukashifu,
   Hati yasema vibaya.

66 Penda wenye cheo,
   Na wanyonge uwe nao,
   Hayo ndiyo mapokeo,
   Mema mtu kutumia.

67 Kila mtu msharifu,
   Dunia ni badilifu,
   Shida sana kuarifu,
   Mtu atayekufaa.

68 Mwema huiharibu,
   Ikampasa adhabu,
   Na mbaya akitubu,
   Dhambi zake hufutiwa.

69 Kitu cha bure heshima,
   Mpe baba pia mama,
   Kila mtu mzima,
   Na walio nawe sawa.

70 Ukosefu wa adabu,
   Jambo la kutia aibu,
   Wajibu kujitanibu,
   Mbali nalo nenda kaa.

71 Mpungufu wa adabu,
   Dunia ana taabu,
   Hakaribishwi karibu,
   Marafiki humwambaa.

72 Iweke moyoni hati,
   Ubora wake thabiti,
   Hapana utofauti,
   Heri itakujia.

73 Tumbo lenye rutuba,
   Umepewa kama huba,
   Uzae mama na baba,
   Kustawisha dunia.

74 Tumbo hili la dhahabu,
   Huzaa wenye thawabu,
   Na wengine wa ajabu,
   Hupata kuja zaliwa.

75 Kwa hivi una uzazi,
   Kuuguza na ulezi,
   Hutaka maangalizi,
   Bora hati yakwambia.

76 Tena kujitegemea,
   Ni ngao yake ukiwa,
   Pekee ukibakia,
   Itakuja kukufaa.

77 Peke yako ukiwa,
   Wajibu kukaza nia,
   Tendo likishirikiwa,
   Sifa yake hupungua.

78 Sifa ya pekee kubwa,
   Vigumu sana kuzibwa,
   Hata kama ikikabwa,
   Ushahidi itatoa.

79 Sifa ya wengi shirika,
   Lazima kugawanyika,
   Ya peke joho huvika,
   Toa unachojaliwa.

80 Katika maisha yetu,
   Ana chango kila mtu,
   Japo kidogo si kitu,
   Toa unachojaliwa.

81 Chango mbaya ni uvundo,
   Wajibu kutenga kando,
   Bora huacha uhondo,
   Daima hukumbukiwa.

82. Tendo bora hudumu
   Kufutika ni vigumu
   Baya kwa binadamu
   Halipati pa kukaa

83 Umeikuta dunia,
   Vema imeandaliwa,
   Karimu kukupokea,
   Shukurani zako toa.

84 Umekuta wasafiri,
   Walioipa kwa heri,
   Wameiweka vizuri,
   Nawe zidisha sitawa.

85 Kukinai jifundishe,
   Kidogo kwako kitoshe,
   Kikubwa sijizoeshe,
   Kukujia kwa hatia.

86 Pato lako la halali,
   Japo ni kitu dhalili,
   Ni bora kuliko mali,
   Fedheha inayotia.

87 Hati ifanye kikuba,
   Moyo wako utashiba,
   Dunia ina ghiliba,
   Kama hukuangalia.

88 Hati hii ni kufuli,
   Kinga yako ya mwili,
   Shauku kitu batili,
   Kwa uzuri kuchafua.

89 Uzuri wako wa sura,
   Kinga yako ya mwili,
   Shauku kitu batili,
   Kwa uzuri kuchafua.

90 Uzuri wako wa sura,
   Kufanya uwe imara,
   Sharti uwe na busara,
   Ya kuambaa hadaa.

91 Zamu moja twaishi,
   Ikisha haturudishwi,
   Maisha ya fawaishi,
   Acha kuandamia.

92 Ewe binti tajiri,
   Siku zote jihadhari,
   Kutengana na kiburi,
   Mali huota mbawa.

93 Na binti maskini,
   Usiache abadani,
   Kujizidisha thamani,
   Kwa kuwa mwaminiwa.

94 Binti wa mtu mkubwa,
   Watu usiite mbwa,
   Fahari inapozibwa,
   Nawe utasimbuliwa.

95 Binti wa mtu mdogo,
   Waweza kupata togo,
   Kwa kuufuata mwigo,
   Wa matendo ya murua.

96 Hati ninawapa wote,
   Itunzeni kama pete,
   Mazao mema mpate,
   Mfurahie dunia.

97 Dunia ni jengo lake,
    La mume na mwanamke,
    Kazi hii mshike,
    Hata mtafanikiwa.

98 Ijengeni kwa tofali,
    Nanyi mkiwa wawili,
    Mpaka iwe kamili,
    Iwaridhishe kukaa

99 Kazi hii itendeke,
    Pasiwe na pekepeke,
    Wajao nyuma wacheke,
    Kuona imetimia.

100 Wakatabahu beti,
    Mtenzi wa hii hati,
    Ni Shaaban Robert,
    jinale mwaarifiwa.

UTENZI WA ADILI

1. KIJANA lete kalamu,
   Nina habari muhimu,
   Napenda uifahamu,
   Dadayo kisha zamuye.

2. Zamuye imekwisha,
   Baki ni kujikumbusha,
   Leo nataka maisha,
   Yako nawe tuongee

3. Mungu akiniamru,
   Nataka nijikusuru,
   Nikupe yasiyodhuru,
   Yakufae baadaye.

4. Moyo wangu tamimina,
   Kwako leo we kijana,
   Na kila lenye maana,
   Uchague we mwenyewe.

5. Habari niliyo nayo,
   Nataka nikupe leo,
   Tia katika sikio,
   Moyoni mwako ikae.

6 Sitaki ikuponyoke,
   Moyoni mwako iweke,
   Itakuja siku yake,
   Ya kutaka utumie.

7 Mnyama afunza kinda,
   Taaluma ya kuwinda,
   Na yapasayo kutenda,
   Mtu budi nikwambie.

8 Hasha kuwinda watu,
   Hakuna faida kwetu,
   Lakini kunavyo vitu,
   Lazima sana ujue.

9 Kuna mambo maalum,
   Ambayo yamlazimu,
   Kwa yoyote mwanadamu,
   Kuipata fununuye.

10 La kwanza kumcha Mungu,
   Mtengeza ulimwengu,
   Juu akaweka mbingu
   Nyota zituangazie.

11 Ameweka kwa mkazo,
   Mbingu zisizokuwa nguzo,
   Himidi wake uwezo,
   Yana ajabu mamboye.

12 Na ardhi katandika,
   Chini mfano mkeka,
   Na mito kutiririka,
   Mchana na usikuwe.

13 Mito huitiririsha,
    Majangwa kuneemesha,
    Na mvua isikonyesha,
    Kwayo hukoma kiuye.

14 Aridhi inayo maki,
    kizikwacho hakinuki,
    Na mbegu huibariki,
    Huu wote uwezowe.

15 Tena kwa kubwa hekima,
    Kasimamisha milima,
    Mikubwa imesimama,
    Hayuko mshabahawe.

16 Ameweka na bahari,
    Pana hazina kadiri,
    Ili vyombo kusafiri,
    Hayakauki majiye.

17 Hewa haina mpaka,
    Ndege huria huruka,
    Wauyama hutononoka,
    Porini kwa neemaye.

18 Baharini samaki,
    Na kila mahluki,
    Wake ana riziki,
    Toka kwake yeye.

19 Ajua yote kwa ghibu,
    Bila kusoma kitabu,
    Bwana mtoa thawabu,
    Wajibu aheshimiwe.

20 Amemiliki elimu,
    Kila kitu afahamu,
    Kwake hapana ugumu,
    Asilojua mbinuye.

21 Yeye ni mfafanuzi,
    Dunia kwake i wazi,
    Wala hakuna tatizi,
    Itatizayo kaziye.

22 Amemiliki na nguvu,
    Juu ya ushupavu,
    Ambayo hakuna mwivu,
    Aliye sawa na yeye.

23 Nguvuye haina mwisho,
    Haiingiwi na chosho,
    Wala hakuna tisho,
    Lilegezalo moyowe.

24 Katu kamwe hashindiki,
    Uwezo halinganiki,
    Katika yake milki,
    Haipimiki enziye.

25 Ana mapenzi kweli,
    Hana kidogo batili,
    Kila siku mkabili,
    Kuomba ufanikiwe.

26 Mwombe daima Rabi,
    Akusamehe madhambi,
    Mwanadamu ni vumbi,
    Makosa desturiye.

27 Bwana wa mahakimu,
    Mpende simuhasimu,
    Kila analohukumu,
    Hana rufaa mbeleye.

28 Ni mjuzi wa habari,
    Na mwelewa kila siri,
    Wala hana ghururi,
    Kusahau mbali naye.

29 Lugha zote kadhibiti,
    Duniani za umati,
    Hapitiwi na sauti,
    Asiyojua maanaye.

30 Roho yako mpe yeye,
    Atunze isipolewe,
    Shetani yu kama mwewe,
    Kupora ni amaliye.

31 Amewatukuza watu,
    juu ya kila kitu,
    Ni wajibu kila mtu,
    Heshima amfanyie.

32 Kukaa naye karibu,
    Kwa mawazo ni wajibu,
    Mungu mtu haharibu,
    Ila aanze mwenyewe.

33 Ni mwonaji aona,
    Vyote vitu kwa bayana,
    Dunia nzima haina,
    Mwonaji kama yeye.

34 Pili tii mfalme,
　Wa kike na kiume,
　Bila ya kwenda kinyume,
　Utii uwatendee.

35 Mfalme kajaliwa
　Uwezowe maridhawa,
　Analolitaka kuwa,
　Litakuwa uelewe.

36 Tatu ni baba na mama,
　Wape pia taadhima,
　Na kila lililo jema,
　Ukiweza watendee.

37 Tunza pasimee gugu.
　Kati yenu ya vurugu,
　Baba yako yeye mbegu,
　Uliyochipuka wewe.

38 Mama amefanya kazi,
　Katika wako uzazi,
　Yakupasa kumuenzi,
　Hata upate radhiye.

39 Watu hawa wana deni,
　Kwako wewe la hisani,
　Litie mwako moyoni,
　Daima likumbukie.

40 Nne fanya taaluma,
　Ya kujifunza kusema,
　Neno linalochoma,
　Bila udhuru sitoe.

41   Usitumie lafidhi,
Kwa watu inayoudhi,
Lugha hutunuku hadhi,
Kutumia ajuae.

42   Kila kukipambazuka,
Viungo vyako hutaka,
Ulimi kutotamka,
Mabaya visiumie.

43   Kila kukicha tazama,
Viungo vyako husema,
Ulimi we nena mema,
Mapigo yasitujie.

44   Lugha mbaya ni hasara,
Inawakisha hasira,
Pia kuleta madhara,
Hiyo iwache pekee.

45   Usiseme usafihi,
Watu ukawakirihi,
Hutapata masilahi,
Iache usitumie.

46   mbatana na adabu,
Shiriki nayo karibu,
Ina mazao ajabu,
Shika usiachie.

47   Ukiwa na magadhabu,
Ujifanye kama bubu,
kimya ndio tabibu,
Wa hasira uelewe.

48 Tano lililo muhimu,
   Ni kujifunza elimu,
   Ina mwanga maalum,
   Elimu kwa elewaye.

49 Maisha bila elimu,
   Hayafai mwanadamu,
   Sababu mambo magumu,
   Mengi sana yalo mbele.

50 Milango wazi adimu,
   Kwa aliyekosa elimu,
   Kwa mwenye nayo gumu,
   Hujifungua wenyewe.

51 Ingawa dunia pana,
   Nyembamba sana huona,
   Kwa mtu asiyeona,
   Kwa akili na machoye.

52 Elimu aliye nayo,
   Amepata ufunguo,
   Mbele kwenye mazuio,
   Kunyoofu maishaye.

53 Maonyo nayo mafunzo,
   Usije fanya mzozo,
   Unapewa yawe nguzo,
   Mafunzo uegemee.

54 Kadhalika kwa mwalimu
   Mkuza yako fahamu,
   Na yeye ana sehemu,
   Ya heshimayo apewe.

55 Ana madai ya haki,
   Kwako yakiurafiki,
   Sababu alishiriki,
   Ujingani utolewe.

56 Yote atakayo kwako,
   Hayapunguzi mfuko,
   Ni kumbukumbu kuwako,
   Baina yako na yeye.

57 Ingawa hili waona,
   Kuwa jambo dogo sana,
   Lakini lina maana,
   Akupaye mpe naye.

58 Aliyokupa si haba,
   Amekupa ya kushiba,
   Fadhili hii kuiba,
   Kubwa sana aibuye.

59 Sita ukioa mke,
   Kwa mapenzi umshike,
   Simfanyie makeke,
   Ila akuanze yeye.

60 Hata hivyo ukiweza,
   Msamaha kufanyiza,
   Faida itafuliza,
   Kuwajia yeye nawe.

61 Kijitone samahani,
   Ni asali ya moyoni,
   Huwatia furahani,
   Mpewa na atoaye.

62　Mkeo mpe heshima,
　　Mheshimu kama mama,
　　Mzaa watoto wema,
　　Ulivyozaliwa wewe.

63　Watoto wako wapende,
　　Moyoni mwako wagande,
　　Na uwezalo litende,
　　Liwafae baadaye.

64　Wafunze na taamuli,
　　Kila namna adili,
　　Badala ya kuwapa mali,
　　Eti waje watumie.

65　Hazina na ulegevu,
　　Kwa watoto upotevu,
　　Mpe funzo lenye nguvu,
　　Kuamsha akiliye.

66　Ndugu uwapende sana,
　　Wapendezwe kukuona,
　　Binti zao nao wana,
　　Wote wakufurahie.

67　Jina lako liwe kwao,
　　Bora katika mioyo,
　　Likitajwa masikio,
　　Yao yapendezewe.

68　Patana na masahibu,
　　Ulio nao karibu,
　　Kwao uwe ni muhibu,
　　Wa mbali wakuanie.

69 Huyu kumpenda yule,
    Ni asili ya umbile,
    Upeke ni jambo tule,
    Huchukiza uvundowe.

70 Uwe kwa rafiki zako,
    Mtu mwenye makumbuko,
    Ukiwapo ama huko,
    Daima ukumbukiwe.

71 Jengo la mema matendo,
    Ambayo hayana fundo,
    Ndiyo yajengayo pendo,
    Haya uyazingatie.

72 Jina lenye machukio,
    Huchukiza masikio,
    Na kuvimbisha mioyo,
    jihadhari usipewe.

73 Mfano wake tatoa,
    Hili ninalokwambia,
    Ili upate elewa,
    Shina hadi matawiye.

74 Jina la uhaini,
    Kwa kubeli si kifani,
    Kusikiwa atamani,
    Juu yake litumiwe.

75 Hili kwa kufananisha,
    Nadhani hapa latosha,
    Mengine talinganisha,
    Mwenyewe baadaye.

76 Pendana na watu wote,
   Aliye mbali mvute,
   Ila kuamini wote,
   Hili sana liambae.

77 Hadhari usiiache,
   Siri yako uifiche,
   Ila kwa watu wachache,
   Wapasao waijue.

78 Na ukiweka ahadi,
   Kutimiza jitahidi,
   Inabatilisha sudi,
   Ahadi kwa avunjaye.

79 Ahadi ati heshima,
   Kabla mja kuisema,
   Wajibu ni kuipima,
   Ndipo kinywani utoe.

80 Ahadi usibadili,
   Ila iwe ya batili,
   Sababu ilo halali,
   Mtu jema achague.

81 Msaada ukiweza,
   Kutoa ni mwangaza,
   Ambao utatukuza,
   Jinalo lisipotee.

82 Kuyataka yote wewe,
   Na wengine wasipewe,
   Hakuna heri mwishowe,
   Hilo usikusudie.

83 Njia isiyo adili,
   Iliyo na ukatili,
   Hawendi makubeli,
   Nawe usisafirie.

84 Mashavu yasikuvimbe,
   Bure na watu ugombe
   Fahamu jino ni pembe,
   Kila mtu cheka naye.

85 Uso wenye tabasamu,
   Dalili ya ukarimu,
   Kiburi si ukarimu,
   La kwanza ulichague.

86 Na uso wa furaha,
   Huvuta karibu jaha,
   Usionyeshe jeraha,
   La pigo mbali na wewe.

87 Ukidai kuwa bora,
   Jua wajitia fora,
   Hajiviki sifa bora,
   Mtu hungoja apewe.

88 Tumikia kwa adili,
   Kazi msingi wa mali,
   Uvivu husumu mwili,
   Usiandame rahaye.

89 Raha ya uvivu mbaya,
   Umaskini huzaa,
   Acha kuikaribia,
   Usisikize witowe.

90 Kazi yako idhibiti,
    Ipe jicho lenye dhati,
    Ukitoka katikati,
    Wa'muzi jina wachie.

91 Kwa waamuzi wa haki,
    Waone hulaumiki,
    Wa batili iwe dhiki,
    Kutaka doa utiwe.

92 Kabla mi sijakwisha,
    Habari ninawapasha,
    Kosa mkisahihisha,
    Ndiyo adili yenyewe.

93 Kama mwaona adili,
    Kuweka yastahili,
    Niombeeni Jalali,
    Amani yake nipewe.

94 Niombeeni Karimu,
    Anipe nami karamu,
    Mambo yaliyo matamu,
    Niionje hazinaye.

95 Hazina yake haishi,
    Shida haikorofishi,
    Nami kwake ni mtashi,
    Niombeeni nipewe.

96 Niombeeni maisha,
    Afya kuninadhifisha,
    Umri wangu ukisha,
    Peponi nami nitiwe.

97 Kama mbaya itupeni,
   Sina ghaidhi moyoni,
   Mwandishi ni Shaaban,
   Robert babangu miye.

98 Msidhani mahuluti,
   Kabila sikusaliti,
   Mwafrika madhubuti,
   Vingine nisidhaniwe.

99 Sikuchanganya nasaba,
   Kwa mama wala baba,
   ingwaje ni haiba
   Mimi sina asiliye

100 Si mwarabu si mzungu
    Hindi si jadi yangu
    Naarifu walimwengu
    Wadadisio wajue.

MKE WA PILI

PENGO katika maisha yangu ya nyumbani lililotokea kwa mauti lilikuwa kubwa. Nilizungukwa na upweke pande zote nne. Ujane ulinilemea na katika kila pembe nilikuwa kama windo lake. Nilijiandaa kuvumilia bahati yangu mbaya lakini sikuweza. Ni bahati mbaya kabisa mtu kufiwa na mshirika wake wa maisha. Kila bidii ya kuvumilia ilikuwa bure. Ni vigumu sana mtu kufaulu katika jaribu kama lile. Nilitamani sana tena niwe na kimbilio, msaada na faraja katika maisha yangu yaliyobaki. Ilikuwa haifai kuacha huzuni initopee kwa nguvu kama vile wakati ilipowezekana kuzuiwa. Msiba ni tokeo kwa watu wote. Kazi bure kushtaki faradhi baada ya kutenda yote yapasayo mwanadamu. Nilikuwa sina haki ya kuoa mara ya pili kwa sababu ya mkataba wangu katika ndoa ya kwanza. Lakini sasa mkataba ule ulikuwa umevunjika. Nilikuwa si mume wa mwanamke ye yote. Maisha ya ujane yalijaa tuhuma. Heshima yake ilikuwa ndogo lakini aibu yake ilikuwa kubwa. Wenye wake na waume humwambaa siku zote mjane mbaya.

Wapo watu wengine walio tayari kabisa kukabili ubishi, kiapo au tendo lo lote zito ili wafiche kuonyesha kuwa ujane ni mashaka kwa mtu aliyepata kuoa au kuolewa. Watu hao huona aibu kuungama mashaka haya. Hawana habari kuwa maficho namna hii ni hasara. Hayasaidii kitu cho chote katika maisha maana huficha sababu za kweli ambazo huweza mara kwa mara kuwa na manufaa makubwa katika dunia. Watu hao ni woga na utu bora wao wenyewe. Hawafai kuwa mfano kwa wengine. Nimefurahi kuwa mimi si mmoja wa wanachama wao. Labda nitaonekana kuwa fedhuli juu ya jambo hili; lakini hivi ndivyo jambo lenyewe lilivyo mbele ya macho yangu. Maisha ninayoandika habari yake ni yangu mimi mwenyewe. Kwa hivi ni wajibu nieleze kila jambo nililoona. Ni jambo la kuchukiza kuwasimulia watu habari ambayo baadaye itabatilishwa na ushahidi mwema.

Baada ya miaka mitano ya ujane dhiki ya upweke ilikuwa haichukuliki. Hili halitafsiri kuwa sikuwa na watu wengine wa kushirikiana maisha. Watu kama hao walikuwapo wengi sana Nilikuwa na marafiki na wenye huruma kadha wa kadha; lakini kati yao palikuwa hapana mtu niliyeweza kumwita mke. Nafasi yake ilikuwa haina rntu nyumbani. Sikuweza kuvumilia hili kwa sababu ilikuwa si kusudi la umbile upweke kutawala mtu. Mtu lazima atawale upweke. Basi niliposa mchumba. Huyu alikuwa ni msichana aliyekuwa na nasaba njema na aliyepata malezi mema vile vile. Baada ya uchumba wa miaka miwili ilifanywa arusi nikaoa. Mke huyu wa pili alikuwa mpole, mwenye madaha na heshima. Alikuwa na sura ya haya ambayo ilichukuana na utawa kama uso kwa kioo. Alikuwa na akili nyepesi lakini alipenda kujizuia kujadiliana na mimi juu ya mambo zaidi ya nusu yaliyotokea nyumbani. Alinifariji kama mama na dada akaziba pengo la ujane kama mke halisi. Maisha yalianza kuwa mapya na kamili tena. Matumaini yangu yote yalitekelezwa. Nilishukuru kwa kupata bahati njema kama ile wakati nilipokuwa nimekata tamaa na kudhani kuwa fungu langu la maisha yaliyobaki kuwa ni huzuni tupu.

Wasutaji wakinidhihaki kuwa nilikuwa mume wa wake wengi na tabia mbaya wakumbushwa kuwa nilikuwa sina ahadi wala mkataba na msutaji hata mmoja kuwa sitaoa tena hali ya mambo ililazimisha jambo hilo. Ahadi kama hiyo ilikuwapo wakati wa ndoa yangu ya kwanza. Mauti yalipotangua ndoa ile na ahadi ile pia ilivunjika wakati ule ule. Isitoshe mke wangu wa kwanza aliishi na mimi kwa wakati fulani mbali hata alipopatwa na mauti, na wa pili alikuwa na wakati wake mbali vile vile. Hawakukusanywa pamoja katika wakati mmoja wala katika nyumba moja kama mapacha mimbani au wanyama zizini. Kwa kila hali sikupata kuwa mbembe katika maisha yangu. Ningalipenda niweze kuishi na mke mmoja tu lakini bahati haikuniamru nifanye hivyo.

IDARA YA FORODHA

SASA katika kazi ya ukarani nilikuwa mimekwisha kutimiza miaka kumi katika idara hii. Mshahara wangu wa shilingi sitini kwa mwezi nilioanzia kazi sasa ulikuwa umezidi mara mbili kwa sababu kila mwaka nilipata maongezo yangu pasipo zuio. Lakini kila ongezo la mshahara lilizidisha uzito wa shughuli kulemea juu ya mabega yangu. Nilitazamiwa kuweza kutenda mambo mengi ambayo mtumishi mwenyeji mwingine katika idara ile alikuwa bado hajatenda. Maendeleo yangu yalihesabiwa. Jumla yake ilivuta maangalizi ya wote ambao chini yao nilikuwa nikifanya kazi. Kwa watumishi wenyeji wenzangu nilikuwa kama mfano wa kuiga.

Makarani wasiokuwa wenyeji katika idara ile walinifanya kama mwivu wao. Hii ilikuwa bahati mbaya sana ambayo haikutazamiwa hata kidogo. Ilikuwa si nia yangu katika maisha kushawishi wivu ama uadui wa mtu yo yote juu yangu. Nilihofu jambo hili kama nilivyohofu tauni nikalikimbia kama ikimbiwayo njaa. Miguu yangu ilikuwa tayari kwenda kutafuta urafiki. Njia yo yote ya kunifikisha mahali urafiki ulikopatikana nilijiandaa kuipita hata kama ilipita katikati ya tope, miiba, moto na maji. Maisha ya uadui kila upande ni mazito kwa mtu yo yote. Nilitamani maisha yaliyozungukwa na urafiki nikafanya yote niliyoweza hata nikajisuluhisha na kila mtu niliyefanya naye kazi wakati ule.

Nilifurahi mno baadaye kuona umekimbia na mahali pake sasa pameota urafiki na mapatano.

Kazi yangu ilikuwa kukusanya ushuru juu ya mali zilizokula na kutoka katika nchi. Hii ni kazi ya kushughulika na mambo ya fedha ya Serikali ambayo waangalizi wake ni wengi sana na wenye macho makali. Masikio ya Serikali mepesi sana kusikia mlio wa fedha. Kazi ya namna hii hutaka uangalifu na uaminifu mwingi. Nilitenda yote yaliyokuwa katika uwezo wangu kutimiza wajibu. Mara kwa mara ghafla hesabu yangu ilitazamwa na mara kwa mara jumla iliyokuwamo katika mikono yangu ililingana na stakabadhi nilizotumia; isipokuwa mara moja tu ilionyesha upungufu wa shilingi sita. Hizi zilikosewa kuwekwa lakini zilionekana wakati ule ule wa kuangaliwa hesabu. Pato la shilingi sita lilitokea siku moja usiku kama ushuru wa meli ambayo ilitaka kusafiri alfajiri. Niliziweka ndani ya mtoto wa meza badala ya ndani ya kasha la fedha. Nadra sana kosa kama hili kutendeka wakati wa mchana lakini ni jepesi sana kufanywa na mtu mwingine ye yote wakati wa usingizi. Asubuhi ghafla kabla sijawahi kulinganisha jumla ya fedha na stakabadhi hesabu yangu ilitakiwa. Basi hili ndilo elezo la upungufu katika hesabu iliyokuwamo katika mikono yangu wakati ule.

Kosa ni uanadamu. Ni ajabu kubwa kwa mtu yo yote kuweza kukamilisha kitu pasipo kosa la namna hii au lie kadiri alivyo mwangalifu; lakini nina matumaini kuwa kosa langu ingawa lilikuwa si dogo la kuachwa kuhesabiwa au kuepa macho ya mtazamaji lakini vile vile lilikuwa si kubwa la kuaibisha maisha yangu yaliyobaki.

Zaidi ya kutunza fedha palikuwa na kazi nyingine chini yangu. Hii ilikuwa kazi ya usimamizi juu ya watu waliokuwa wakinisaidia. Labda hii ni kazi nzito kuliko niliyosimulia. Watu hao walikuwa si wa kabila moja. Walikuwa na dini na madhehebu mbalimbali. .Jambo kama hili hutaka busara ya kuwaunga wote katika umoja na mapatano. Niliona fahari kubwa kuwa sikumsikitisha hata mtu mmoja aliyewekwa chini yangu. Mimi na wao tulikuwa kama 'mtipane' usiovunjika kwa mapatano na msaada.

Niliendelea kazini hata nikatimiza miaka kumi na nane ya utumishi wa mfulizo Forodhani. Wakati huo wote niliweza kushika ufunguo wa fedha na karibu kila miaka miwili an mitatu nilipata usimamizi wa afisi ndogo ambayo ilikuwa na watu kama watatu hata kumi chini yangu. Niliaminiwa sana hata kuliko nilivyotazamia. Mapendeleo niliyotendewa yalikuwa mengi sana. Mwafrika yo yote mwingine katika idara yetu alipotuhumiwa shaka au ila fulani katika tabia au kazi yake mimi nilitumiwa kama mfano wa kutakasa shaka au tuhuma ile.

Wakati mmoja habari ilienea kuwa makarani Waafrika Forodhani hawataamriwa usimamizi wa afisi zilizo mbali na maangalizi ya mwangalizi Mzungu. Sababu ya kusemwa hivi ilikuwa ati wenyeji si waaminifu kwa sababu ya tokeo la mvunjo wa uaminifu ambalo kwa bahati mbaya sana lilitendwa na mtu mmoja tu kati yetu. Mimi nilikuwa msimamizi wa afisi ya kisiwa cha Kwale wakati huo. Nilitazamia kuondolewa wakati wo wote lakini haikuwa. Baadaye nilisikia kuwa Mudir wa Forodha wakati alipokuwa akisikitishwa na tokeo lile baya vile vile alishuhudia uaminifu wa Waafrika wengi na kuwa alikuwa na karani katika afisi ya Kwale ambaye hana ila.

Jina langu lilikuwa maarufu katika idara nzima. Jambo hili kwangu lilikuwa fadhili nisiyoweza kulipa. Kwa upande wangu hata sasa mimi nakumbuka majina ya watu wote ambao nilifanya kazi pamoja nao. Makumbuko hayo ni hazina bora kwangu. Natumai kuwa hapana kitu kinachoweza kuyafuta wakati wote wa uhai wangu duniani. Yatadumu katika moyo huo katika wakati wa nuru na giza.

UHAMISHO

SIKU moja nilipokuwa nikifungua barua za afisi kama ilivyo desturi katika afisi zote niliiona barua moja nimeandikiwa mimi mwenyewe. Barua hiyo ilitoka kwa Mudir wa Forodha, Dar es Salaam kuniarifu kama hivi:

> Umechaguliwa na Katibu Mkuu wa Serikali kwa Cheo cha Pili katika makarani, pia kwa uhamisho kwenda katika Idara ya Utunzaji wa Wanyama huko Mpwapwa. Badala yako ataletwa Pangani upesi kama iwezekanavyo; na baada ya kwisha kumkabidhi wewe uende Mpwapwa; niarifu tarehe ambayo utaondoka.

Barua hii ilikuwa fupi lakini taarifa yake ilikuwa kubwa sana. Ilikuwa ni ajabu iliyoniajabisha sana. Kwanza sikuthubutu kusadiki kuwa nilikuwa nimesoma mistari yake barabara. Nilituhumu sana macho yangu kuwa hayakuwa na uoni mwema au yamkini yamesoma mistari ambayo haikuandikwa mle baruani hata kidogo. Nilikuwa karibu kusema kuwa barua ile si yangu. Sisemi hivi ili kuonyesha kuwa sikutamani maendeleo yaliyonijia yenyewe wazi kama vile. Hasha lilah! Mimi nimeumbwa na mwili wa tamaa kama watu wengine wote. Lakini maendeleo yenyewe niliona yalinijia yenyewe ghafla sana; na kama kila mtu ajuavyo, jamho la ghafla haliachi mstuko wa aina fulani. Basi nilikariri kila mstari na neno baada ya neno tena na tena ili nielewe na kiini cha taarifa ile, lakini kila mara niliona habari yake kama shindo la radi ya mvua lililotokea bila ya wingu juu ya mbingu.

Kisha moyo ulinikua kwa kuona kuwa kazi yangu ilikuwa imehesabiwa na kuonekana thamani yake wakati mimi mwenyewe nilipokuwa nimeidunisha; lakini fikira ya uhamisho kwenda katika idara nyingine sikuona tafsiri yake njema. Nilihuzunika mno kujiona juu ya ukingo kama vile wa mahamisho ambayo sikuweza kuyaepa pasipo kushutumiwa uasi. Kama ningalishauriwa mbele juu ya jambo hili ningalijibu vingine kabisa. Labda watu wenye mamlaka pengine wana hekima kwa kuamru wapendavyo wao wenyewe.

Katika Idara ya Forodha nilitiwa katika susuri kadha wa kadha. Nilikwisha susurika karibu katika forodha zote ndogo. Ingawa mbele yangu ilibaki miaka kumi na miwili mingine kabla ya kupata idhini ya kustaafu lakini nilitaka niweze kumaliza muda huo katika idara moja tu.

Nia niliyokuwa nikisafiri muda wa miaka kumi na nane na ambayo imeniongoza hata katika mshahara wa shilingi mia mbili sasa ilikuwa karibu sana kunipeleka mahali nilikokuwa nikienda. Nilikuwa na matumaini kuwa mzigo mzito niliokuwa nikichukua karibu nitautua chini nipumzike kivulini. Lakini hili halikuwa. Badala yake nilijiona kama mtu aliyepewa shoka na mundu kufyeka njia mpya katika pori kubwa; njia ambayo yule mtu hakuwa na tamaa kuwa atajaliwa kuishi hata kuikamilisha kama ilivyotakiwa. Nilifadhaika sana nikashindwa hata kufuata mwendo wa mawazo yangu ambayo wakati huo yalikuwa yakipita kwa kasi katika moyo ututao sana kama mkondo wa mto uendao mbio wakati wa masika.

Nilifurahi kuwaziwa na kutunukiwa cheo kama kile, nikatoa shukrani kwa kuwa nimejaliwa kupata kwa ustahili si kwa maombi. Lakini uhamisho uliokuja na cheo hiki sikuupenda kwa sababu nilichukia sana dharau nilizoona watu wema wameonywa katika idara walizohamishiwa. Sikuona sababu ya kudharauliwa. Kabla ya kuhamishwa watu wale walikuwa wastadi katika kazi zao. Lakini wale waliowadharau kama wangepelekwa katika kazi au idara walizohamishwa wale wema, wenye dharau wangeonekana si kitu kuliko wanafunzi tu.

Nilipoweza kujitawala mwenyewe tena nilifarijika kwa kuwaza kuwa mtu akosapo atakayo hupokea apewayo. Nilipewa amri siyo uchaguzi. Nikipenda nisipende wajibu wa amri ni kutiiwa hata ikiwa 'mkuku ng'ombe,' yaani, bila hiari. Palikuwa hapana neno jingine la kutenda. Basi simu ifuatayo ilipelekwa kwa Mudir wa Forodha, Dar es Salaam.

> Barua nimefahamu ahsante naomba mapumziko Juma nne kabla kwenda Mpwapwa.

Nilikuwa nimetimiza muda wa kutosha katika kazi wa kustahili kupata mapumziko hayo. Nilikuwa na hamu nayo sana; tena niliwahi kutangulia kuyaomba kabla ya tokeo la uhamisho nikaahidiwa kupata wakati ujao mara dhiki ya kazi ipunguapo. Baada ya muda kidogo wa kushauriana Mudir wa Forodha na Mudir wa Idara ya Utunzaji wa Wanyama nikaridhiwa haja yangu kwa simu vile vile.

Sasa siku ya majonzi ilibaki mbele yangu. Hii ilikuwa ni siku ya maagano baina ya mimi na watumishi wenzangu katika idara. Kama ilivyo desturi ya siku zote za feli au huzuni haikukawia kuja. Wakili wa Mudir wa Forodha alifika Pangani pamoja na karani Goa. Huyu wa pili alikuja kushika mahali pangu na yule wa kwanza kushuhudia makabidhiano yetu na kuagana na mimi. Baada ya kukabidhiana niliagana na makarani wawili Waafrika waliokuwa wakifanya kazi chini yangu pamoja na matarishi sita. Mbele ya watu hao na wengine waliokuwapo pale wakili wa Mudir wa Forodha alisema:

> Uhamisho wa Shaaban Robert toka idara yetu si hasara ndogo. Twasikitika kuwa uhamisho wake hauzuiliki. Kila jitihadi iliyofanywa ya kuzuia jambo hili haikufaulu kwa sababu wakuu

kuliko sisi wameamua jambo hili. Basi imebaki kwetu kuomba apate heri aendako. Twataka akakariri kutenda matendo mema aliyotenda katika idara yetu pia akafanikiwe zaidi. Ingawa hatakuwa kati yetu tena lakini jina lake litadumu katika kumbukumbu zetu. Katika kumbukumbu hizo jina hilo litakuwa zuri na jipya siku zote. Kwa heri, Shaaban!

Nilikuwa nimezoea kusikia maneno mazuri kama haya mara kwa mara. Baba yangu alikuwa mmoja wa mahatibu wema sana katika wakati wake. Lakini mara hii maneno yaliyosemwa yalinipenya katika moyo wangu kwa sababu yalikuwa na mchanganyo wa furaha na huzuni. Sikuweza kujizuia kuona kama hivyo. Sifa ilikuwa kubwa kuliko niliyotenda nikainama chini kwa haya; na huzuni ilikuwa kubwa vile vile moyo ukanilemea. Ndege mwenye kutua tawini lazima aruke kama wasemavyo washairi. Ingawa watu husimamisha miji mikubwa na kujenga majengo mazuri sana ya kustarehe lakini wana asili ya kusafiri wakati wowote. Kama wenzangu wengine walikuwa bado kufikiwa na wakati wao wa safari, wakati wangu mimi ulikuwa umekwisha kuja. Ilinipasa nisafiri. Basi niliondoka Pangani kwenda Tanga kupumzika na kujiandaa kwa uhamisho. Nyuma yangu niliacha idara ambayo ndani yake nilikuwa maarufu na ambayo ilinipa uwezo wa kutumia majengo mazuri sana. Barabarani, watu wa mji, tajiri kwa maskini, mkubwa kwa mdogo, mwanamume kwa mwanamke, wakati nilipokuwa nikiondoka kwa motakaa walinipungia mikono. Nilijibu heshima yao kwa kuvua kofia yangu. Nilikuwa si jumbe, liwali wala diwani wa halmashauri yoyote. Nilikuwa mtu wa kawaida tu niliyekaa nao kwa wema na adabu. Siku ya maagano hayo ilikuwa siku ya fahari kubwa kwangu. Kama fahari ile ilikuwa ya mwisho katika maisha yangu sitanung'unika kukosa nyingine wakati ujao kwa sababu fungu langu nimekwisha kuchukua.

MAPUMZIKO

NILIPOKUWA Tanga kwa mapumziko sikukaa kitako bure. Mambo mengine kadha wa kadha yangu mimi mwenyewe yalitaka maangalizi. Ule ulikuwa ndio wakati mwema wa kuyatenda. Mawili katika mambo hayo yalikuwa yakihusiana na mirathi nikashughulika kila siku. Urithi wa kwanza ulikuwa wa mkwe ambaye binti yake nilioa, na wa pili ulikuwa wa mke mwenyewe. Mirathi hii yote ilikuwa mikononi mwa kabidhi wasii wa Serikali na mimi nilikuwa kama mtengenezaji na mwangalizi.

Mrithi wa kwanza na mkubwa katika urithi wa kwanza alikuwa ni mke wangu kwa sababu alikuwa ni mtoto wa peke yake katika nyumba yao lakini alikuwa hana haki juu ya urithi wote. Kwa sheria ya Islamu nusu moja tu ya mali iliyoachwa ilihusu kwenda kwake baada ya kulipa madeni au ada juu ya urithi. Yule binti aliishi hata kuzika, kufanya matanga na hitima ya baba yake tu. Kisha kwa bahati mbaya alikufa kabla mali bado kugawanywa. Warithi wa mali hiyo sasa wakawa watoto wake wawili alioacha nyuma ambao baba yao ni mimi.

Nusu ya pili ya mali ililazimu kwenda kwa wajomba, mashangazi na mama wa kambo wa mke wangu. Hawa walikuwa ni makaka, madada na wajane wa baba yake. Magawanyo katika mirathi ya Kiislamu hustaajabisha jinsi yalivyo mengi. Zaidi ya hayo ilikuwapo mali nyingine iliyoachwa na mke wangu mwenyewe. Hii ilikuwa ni mali aliyorithi kwa mama yake na aliyopewa kama hidaya na baba yake kabla hajafa.

Serikali ilidai ada juu ya mirathi yote miwili nikalipa kama ilivyostahili. Kwisha kwa ada na madeni mirathi ililazimu kufungwa na kugawanywa. Choyo cha warithi mbalimbali kilifanya magawanyo kuwa magumu ajabu. Mali ilikuwa ya mashamba ya minazi si fedha ambayo huwezekana kugawanywa juu ya meza sawasawa. Kila shamba lilikuwa mbali na jingine. Ardhi za mashamba hayo zilikuwa tofauti vile vile. Mrithi mmoja alitaka mnazi mmoja katika shamba hili kwa saabu alizaa sana, minazi miwili au zaidi katika shamba lile kwa sababu nazi zake zilikuwa kuzaa na kadha wa kadha. Pia palikuwa na watu wenigne walionung'unika kuwa ardhi ya shamba hili ina rutuba na ya shamba lile yabisi.

Mashaka haya yalikuwa makubwa sana. Kila usiku yalikuwa yakiniletea mafuatano ya majinamizi na ndoto mbaya katika usingizi wangu. Kichwa baridi kilitakiwa kuzuia kama iwezekanavyo machafuko yaliyoonekana kutokea katika ukoo. Kichwa kama hicho mimi nilikuwa sina. Ilinipasa kutenda iwezavyo. Basi nilitoa shauri kuwa, isipokuwa mimi na watoto wangu, kila mrithi mwingine alikuwa na idhini ya kuchagua sehemu yake katika shamba apendalo na sehemu zisizochaguliwa itakuwa haki ya watoto na mimi. Shauri hili lilisuluhisha mambo kama uchawi. Mti hauendi ila kwa nyenzo, na hii ilikuwa ndiyo nyenzo niliyotumia katika mashaka ya magawanyo ya mirathi hiyo wakati kila shauri jingine lilipokuwa halifai na kutuhumiwa na warithi wengine.

Sasa sehemu zile zilizokataliwa zimestawi vizuri kama zile zilizochaguliwa kwa choyo na wivu kwa sababu ya utunzaji mwema. Hapana kitu kisichofaa ikiwa kinaweza kukuzwa, kugeuzwa na kutumiwa vema. Kitu chema huwa kibaya kwa utunzaji mbaya, na kibaya huweza kuwa chema kwa utunzaji mwema. Sikutenda tendo kubwa la kuvuta dunia nzima kutazama ila suluhu ndogo iliyoonyesha haki ya wazi. Suluhu ya gharama ndogo ikiwezekana kutendwa kabla ya machafuko huzuia hasara nyingi kubwa. Mapumziko yangu ya siku ishirini na nane yaliishia hapa.

ABIRIA CHEO CHA PILI

DARAJA yangu katika kazi sasa ilikuwa imeniwezesha kusafiri kama abiria wa cheo cha pili katika gari moshi. Mapendeleo haya yanayotamaniwa yalinijia baada ya miaka kumi na nane ya kazi serikalini. Julai 13, 1944, nilichukua tikiti, na baada ya kuagana na marafiki, nikasafiri kwenda Mpwapwa. Nilishuka Korogwe kungoja safari ya lori. Karibu ningalilala nje Korogwe kwa ukosefu wa malazi ya abiria Waafrika, lakini mtu mmoja aliyenijua zamani alinichukua kwake akanipa malazi mema. Asubuhi nilionyesha tikiti zangu za safari kwa msimamizi wa safari. Mtu huyu alinitupia jicho kwa haraka kisha akaamru nijipakie katika lori.

Palikuwa na malori manne tayari kwa safari siku ile. Nilikwenda nikajipakia katika lori la abiria wa cheo cha pili. Mimi nilikuwa msafiri wa kwanza kujipakia. Dakika chache baadaye lori letu lilijaa abiria. Abiria Waafrika tulikuwa mimi na watoto wangu tu. Wengine wote walikuwa ni Wahindi. Karibu na dakika ya mwisho kusafiri pakaja Wahindi wanne wengine. Kuwapa watu hawa wanne nafasi katika lori nililojipakia mimi ilipasa watu wanne waliokuwa wamekwisha kuingia washuke. Msimamizi wa safari, Mhindi vile vile, hakuona mtu mwingine wa kushuka ila mimi. Baridi ina mzizimo siku zote kwa kondoo mwenye manyoya haba. Kwa maneno ya karaha alinilazimisha kushuka chini nikajipakie katika lori la abiria wa cheo cha tatu au la mizigo. Nilimkumbusha msimamizi wa safari kuwa mimi ni abiria wa cheo cha pili ambaye nilikuwa nikisafiri kwa kazi ya Serikali; nilitangulia kujipakia mahali nilipostahili kukaa; alikuwa hana haki ya kuniteremsha; iwapo ililazimu kutenda atakavyo ililazimu vile vile yeye kunipa stashahada ya kuonyesha namna nilivyosafiri kutoka Korogwe. Kwa maneno hayo ulimi wa msimamizi wa safari ulianza kupotoka akadai kuwa aliweza kuzuia kusafiri lori nililoingia.

Kundi kubwa la watazamaji lilikuwapo. Karibu watu wengi katika kundi lile walicheka kwa maneno ya msimamizi wa safari. Kivumo cha kicheko kilichemsha hasira yake akaamru niteremshwe chini kwa nguvu. Matarishi waliokuwa chini ya amri yake walitii wakawa tayari kunijia wanikamate na kunitupa chini kama mtumba, lakini kitu gani sijui kiliwafanya kusita kutimiza amri ya bwana wao. Halafu nilisikia kuwa desturi ya matarishi wale ilikuwa kutii na kutimiza kila amri njema waliyopewa, na kuacha mbali kila amri mbaya hata katika hatari ya kutolewa kazini mwao. Nilifurahi sana kusikia habari hii. Idadi ya watu wema ni kubwa siku zote kuliko jumla ya watu wabaya.

Siku zangu zilikuwa zikihesabiwa. Sikutaka kuchelewa bure pale Korogwe. Niliita watu kuja kushuhudia mwamale niliotendewa na tabia ya msimamizi wa safari. Watu wengi walikuwa tayari kunipa sahihi za mikono yao kuwa walishuhudia yote yaliyotokea. Kisha mimi na watoto wangu tulishuka tukajipakia katika gari jingine. Nafasi iliyokuwa imebaki mle garini ilikuwa si kubwa. Basi tulikaa juu ya mizigo yetu. Kutoka Korogwe tulikwenda Morogoro. Mchana wote ulituishia njiani. Hii ilikuwa siku ya pili ya safari yangu, nikafurahi kushuka katika gari.

Saa mbili na nusu usiku nilijipakia katika gari moshi lililotoka Dar es Salaam hata saa tisa usiku nikashuka Gulwe. Kutoka Gulwe nilichukuliwa na lori la Idara ya Utunzaji wa Wanyama kwenda Mpwapwa. Saa kumi alfajiri nikawa Mpwapwa. Mwisho wa safari yangu ilikuwa ni Kikombo, lakini niliambiwa nikae juu ya gari hata saa moja asubuhi wakati mwendeshaji wetu alipoingia nyumbani kwake kulala. Nje kulikuwa kukizizima sana kwa baridi na umande na lori letu lilikuwa wazi. Taya za watoto wangu zilitingishika na meno yakagongana kwa kipupwe. Julai ni mwezi wa kipupwe kikali pande zile za dunia. Mbwa hafi maji akiona ufuko, na sisi kwa kuwa sasa tulikuwa karibu kufika mwisho wa safari yetu jaribu la baridi halikutufadhaisha sana. Tulikuwa na mablanketi yaliyoweza kuzuia mzizimo wake kutudhuru. Tulijifunika mablanketi yetu tukasaburi kuche polepole.

Saa moja na nusu asubuhi nilikuwa mbele ya Msimamizi wa Afisi ya Idara ya Utunzaji wa Wanyama. Huyu alikuwa ni Mzungu. Hakuwa tayari kushikana mikono na mimi kama nilivyozoea kuona Wazungu wengine. Labda mimi nilikuwa si kitu mbele yake lakini tuliongea vema. Alisema kuwa nitapata nyumba lakini kwa namna maneno yake yalivyotamkwa niliweza kufahamu kuwa idara ilikuwa na dhiki ya makao mema. Dhiki hii ilikuwa imeenea duniani wakati ule. Bati na simenti vilikuwa adimu kupatikana kwa sababu ya Vita Kuu Na. 2. Hii ilikuwa ni Jumapili, siku ya tatu ya safari yangu. Nilipewa ruhusa nikapumzike nihudhurie kazini Jumatatu asubuhi.

IDARA YA UTUNZAJI WA WANYAMA

JULAI 16, 1944, ilikuwa ni siku yangu ya kwanza ya kuhudhuria kazini nikajiona nimesimama katika afisi kuu ya Idara ya Utunzaji wa Wanyama ya nchi ya Tanganyika. Jengo lake la fahari lilikuwa limesimama pahali pazuri kati ya njia panda tena chini ya kivuli kikubwa cha miti. Kijito kisichokauka maji kilikuwa kikipita karibu yake. Sauti ya mtiririko wa maji ya kijito yaliyokuwa yakishuka chini ya milima iliyozunguka Kikombo ilikuwa kama mlingano wa mashairi sikioni. Nilitamani kuwa ningaliweza kufahamu nyimbo zilizokuwa zikiimbwa na maji yale wakati yalipokuwa yakifingiria juu ya mawe chini ya kijito lakini nilisikitika sikuwa na uwezo wa kufanya hivyo.

Watu katika afisi hiyo walikuwa ni Mudir wa Idara na wasaidizi wake wanne. Huyo wa kwanza alikuwa amekwenda Ulaya kwa ajili ya mapumziko yake. Kiti chake kilikuwa kimeshikwa na Naibu wake. Juu ya mabega ya watu hawa mamlaka ya idara nzima yalikaa. Watumishi waliokuwa chini yao walikuwa ni makarani watano: Goa mmoja, Singh mmoja, Kola mmoja, na Waafrika wawili. Kazi ya Goa ilikuwa ni usimamizi wa nyaraka, Singh alikuwa ni bwana fedha, Kola na mimi tulikuwa ni waandishi wa mashine na Mwafrika mmoja alikuwa ni mtoaji nyaraka.

Kwa cheo Goa alikuwa ni wa kwanza, Singh wa pili, mimi wa tatu, Kola wa nne na Mwafrika aliyebaki wa tano. Lakini ilikuwa ni desturi kila mara jina langu kuandikwa mwisho au baada ya Wahindi watatu katika kila hati ya malipo ya mshahara. Cheo ni alama ya kuonyesha tofauti ya watu kwa ustahili wao. Kama cheo hakiwezi kupambanua ubora huwa si kitu kwa aliyepewa wala kwa mtu yo yote mwingine. Sikuona faida ya cheo nilichotunukiwa wakati kosa kama lile la wazi lilipoachwa kuendelea bila ya kusahihishwa. Nilikuwa ni radhi kuwekwa chini ya wakubwa wangu lakini niliona dharau wadogo kuwekwa juu yangu. Februari, 1945, baada ya kujaribu kuvumilia kimya kwa muda wa miezi kama saba niliandika barua kwa Katibu Mkuu wa Serikali kusema kama hivi:

> Naomba nikuarifu kuwa katika Juui, 1944, uliamru nihame Idara ya Forodha niende katika Idara ya Utunzaji wa Wanyama. Ingawa uhamisho huu umeniletea cheo lakini nachelea kuwa kazi niliyo nayo sasa itanishinda. Mimi ni mtu niliyeshughulika na kazi ya ushuru wa Forodha kwa muda wa miaka kumi na nane. Kwa hivi ingekuwa bora sana kama ningeamriwa kurudi tena katika idara yangu ya zamani wakati watu bado wanafikiri labda sijashindwa kutenda kazi yangu kuliko kukaa hapa hata labda watu wengine waanze kujua kabla mimi mwenyewe sijajua kuwa sifai kazini.

Msimamizi wa Afisi aliandika nahau Juu ya barua yangu kuwa:

> Nimemwambia Bwana Shaaban Robert kuwa anajidunisha mwenyewe bure lakini ataka barua yake ipelekwe. Baada ya kuandika stensil na nakili kwa mashine hajatakiwa kufanya kazi yoyote nyingine isipokuwa kuandika kwa mashine na yeye ni mwelewa wa kazi hii.

Ikiwa kujidunisha si vizuri na kudunishwa ni vibaya vile vile. Hapana moja lililo jema katika mawili haya. Yote mawili yalitaka masahihisho. Ilikuwa ni kazi bure kujaribu kusahihisha moja tu.

Baada ya hivi Naibu wa Idara ya Utunzaji wa Wanyama hakufanya zohali kumwarifu Katibu Mkuu wa Serikali kwa barua mfano kama huu:

> Naleta barua iliyotoka kwa Bwana Shaaban Robert ambayo ndani yake ataka kurudishwa katika Idara ya Forodha. Hapana dalili aliyopewa Bwana Shaaban Robert kuwa adhaniwa hafai na kwa kila hali mimi bado sijapata kisa cha kunung'unika juu ya kazi yake. Kwa sababu ya uchache wa watu makarani hapa imewapasa kufanya shughuli nyingi sana na labda Bwana Shaaban Robert anaona dhiki, hasa bila shaka aonavyo kuwa kazi hii i mbali na ile aliyozoea wakati wake wa miaka kumi na nane ya kazi ya Forodhani. Kama haja ya Bwana Shaaban Robert ya uhamisho ikikubaliwa italazimu kuleta mtu mwingine mwema kama yeye Mpwapwa.

Alisema kuwa yeye hakupata kisa cha kunung'unika juu ya kazi yangu lakini mimi nilikuwa na kisa cha kunung'unika juu ya cheo changu. Kisa hicho ndicho kilichonifanya nidai kurudi Forodhani tena.

Nilipata majibu ya barua yangu kutoka kwa Katibu Mkuu wa Serikali na ahadi kuwa nitarudishwa katika Idara ya Forodha, lakini kama desturi ya ahadi ilivyo siku zote wakati mwingi ulipita bila ya kutimizwa. Desturi ya kuandikwa chini ya orodha iliendelea lakini sasa nilikuwa nimeanza kuizoea nikaiona kama dhihaka ambayo ilikuwa haina maana yoyote. Dhihaka hii iliyeyuka kama barafu baadaye. Badala ya kulegea nguvu mpya ilinijaa tele, nikatia moyo, kichwa, macho na mikono katika kazi niliyopewa kutenda. Udhaminifu mwingine zaidi ya huu palikuwa hapana. Kama ungalikuwapo nilikuwa tayari kuushika kwa thamani yo yote.

Katika ulimwengu watu wengine walikuwa wamepatwa na madhila kuliko yaliyonipata mimi wakavumilia. Mimi nilikuwa ni nani nisivumilie! Hali yao ilikuwa sawa na hali yangu au pengine wao walikuwa ni bora kuliko mimi. Taabu za dunia ni lazima kushindwa na dharau zote kufumbiwa macho. Vitu hivi ni lazima siku zote kutawaliwa na watu siyo kuachwa vitawale watu. Mabadiliko ya tabia yangu sasa yalinipendeza sana ingawa nilisikitika kuwa nilikuwa na haraka kidogo. Natumaini kuwa watu walio wema na wafahamuo mwasho wa dharau ulivyo hawatakosa kusamehe haraka niliyotenda. Ilikuwa ni ujinga lakini sikuweza kujizuia kufanya vile.

Nilizidi kushika kazi yangu kwa makini na udhabiti hata nikapata kuwa maarufu katika afisi nzima. Wakati Wazungu wa idara walipoanzisha mchezo wa krikiti kwa ajili ya maburudisho ya mwili mimi nilikuwa mtu mweusi peke yangu ambaye nilichaguliwa kushiriki katika mchezo huo kwa sababu ya uungwana wa tabia iliyokuwa wazi na iliyonipatia marafiki kadha wa kadha kila nilipokwenda. Nilifurahia mchezo huo mno, na kila wakati nilipocheza niliweza kwa wepesi kusahau kila jambo ambalo lilitia uzito katika moyo wangu. Husemwa kuwa Caesar wa Ufaransa alikuwa na desturi ya kukariri moyoni herufi za Kirumi ili kupumbaza hasira wakati jambo lo lote zito lilipoletwa mbele yake. Mimi kadhalika pumbao ambalo nilipata kwa mchezo ule lilikuwa ni bora sana. Kiswahili kina maneno yasemayo 'msiba na nyemi,' yaani, penye msiba ipo furaha vile vile.

Deni la fadhili lakataza kuishiliza sura hii bila ya kusema maneno machache juu ya baadhi ya wafadhili nilionana nao wakati nilipokuwa Mpwapwa. Mtu wa kwanza alikuwa ni Bwana Richard T. Mwakasege, karani wa Idara ya Utunzaji wa Wanyama. Mtu huyu aliwajihiana na mimi kwa hisani sana akanitendea yote mema ambayo mgeni hustahili kutendewa. Jina lake la kupangwa lilikuwa ni Wakili wa Shamba, lakini kwa kweli alistahili jina bora kuliko hili. Alikuwa na kila namna inayomfanya mtu kuwa kiongozi bora. Alinipendeza na kunistaajabisha sana kwa jinsi alivyokuwa mtu wa moyo mkuu na huruma. Kwa umri alikuwa ni kijana wa labda miaka ishirini na nane au thelathini, lakini akili yake juu ya mambo ya ulimwengu ilikuwa ni pevu ajabu. Tena Jumapili moja nilikwenda kumzuru Bwana R.J. Harvey ambaye alikuwa Bwana Mwalimu wa Skuli ya Serikali Mpwapwa. Alinipokea vizuri sana katika afisi yake. Alitoa sigara mbili katika mkebe wake. Moja yake na moja yangu. Mimi nilishika taa kumsaidia kuwasha kwa sababu wakati ule vibiriti vilikuwa adimu kupatikana. Kwa mshangao aliuliza kuwa nilikuwa nikifanya nini mtu wa kazi ya pwani bara. Nilijibu kuwa nilikuja katika Idara ya Utunzaji wa Wanyama kwa sababu ya cheo nilichopata. Kusikia vile alifurahi mno. Watu hawa wawili wote waliondoka Mpwapwa mbele kuliko mimi. Wa kwanza alikwenda Malangali na wa pili Zanzibar.

NAONDOKA MPWAPWA

NOVEMBA, 1945, binti yangu ambaye alikuwa ni mwanafunzi katika Skuli ya Serikali huko Mpwapwa alifaulu katika mtihani wa darasa la nne. Yeye alikuwa ni mmoja wa watoto watatu wanawake waliokuwa wamefanikiwa katika mtihani huo. Skuli ya Mpwapwa ilikuwa haina darasa la tano kwa ajili ya watoto wanawake. Mtoto mwanamke mmoja tu alipata nafasi ya kwenda katika darasa la tano katika skuli ya Tabora na wawili waliobaki waliachwa wajisaidie wenyewe. Binti yangu alikuwa ameanza kuonyesha maendeleo mema. Ikiwezekana nilitaka apate nafasi ya kufuliza katika masomo hata ya kuweza kutenda yaliyo bora kuliko bibi yake (mama yangu) ambaye alikuwa hakujaliwa kuona maisha ya skuli katika utoto wake.

    Mama yangu alikuwa na kila hali ambayo mimi mtoto wake niliweza kuona fahari kubwa juu yake. Sithubutu kabisa kumtoa katika fadhili na shukrani. Deni lake kwangu la wema alionitendea halilipiki kabisa. Kasoro yake ilikuwa hakujua kusoma, kuandika, kuhesabu na mengine ambayo ni vyombo bora sana kwa matumizi ya mwanadamu katika dunia. Katika wakati wa utoto wake vyombo kama hivi vilikuwa havipatikani katika Afrika. Masoko yake yalikuwa hayajulikani kabisa. Kwa hivi wazazi wake waliweza kuepuka lawama juu ya ujinga wa binti yao kwa udhuru kuwa katika wakati wao skuli zilikuwa ni adimu kabisa. Udhuru huu ulitosha sana kwa msamaha.

Wakati tulio nao sisi sasa kosa la kumwelimisha mtoto haliwezi kusameheka hata kidogo pasipo mapatilizo. Mtoto yoyote anyimwaye makusudi nafasi ya kujifunza matumizi ya kusoma, kuandika na hesabu ana haki ya kuwalaumu wazazi wake katika maisha yake atakapojiona kuwa amefungiwa milango yote ya kusitawi baadaye. Kwa mtoto rnwenye kujaliwa kuwa na wazazi wake hata utu uzima bila ya kufundishwa mambo haya ubaya wa lawama hili ni mwingi mno kuliko kwa mtoto ambaye bahati mbaya ilimfanya kuwa yatima mapema kabla hajaweza kujiendesha mwenyewe katika dunia.

Kwa sababu hii sikutaka binti yangu akatizwe katika masomo yake wala aishi maisha ya ujinga ambayo yatamwongoza kunishtaki kuwa nimepoteza roho yake kwa sababu sikumpa nafasi ya kujielimisha. Ilikuwa ni wajibu kabisa nifanye yote niliyoweza ili aweze kuishi maisha ya kunishukuru na kuniombea kwa madua mema badala ya kunilaani kwa madua mabaya katika maisha yake yote. Hapana jambo linalochukiza katika maisha kama mtu kujiona katika mazunguko ya laana za watoto wake mwenyewe. Ni wajibu kwa kila mzazi kuzuia kwa jino na ukucha kuwapa watoto wake kisa ambacho kitamletea laana mwenyewe.

Mali ya nchi ni watu. Watu hao hawawezi kuwa bora katika nchi yao pasipo kupata malezi bora wakati wa utoto wao. Nilitaka binti yangu aweze kupata nafasi ya kuwa mtu mmoja wa watu bora wa halafu. Ikiwa sadaka ya jambo hili ilikuwa ni mali nilikuwa tayari kulipa kadiri yoyote iliyokuwa katika mfuko wangu; na kama ilikuwa ni taabu nilijiandaa kuikabili hata mwisho wa uvumilivu wangu. Basi nilitaka nafasi katika skuli kadha wa kadha ambazo nilisikia kuwa zilikuwa na mabweni ya watoto wanawake katika nchi za Kenya na Uganda. Nilikuwa tayari kwa malipo ya gharama yoyote kama ningalipata jihu zuri lakini sikupata. Skuli moja ilijibu kuwa ilikuwa haina nafasi ya kupokea watoto kutoka nchi nyingine; ya pili ilisema kuwa haikuwa na nafasi kwa ajili ya watoto wanawake sababu wana taabu ya kutunza; na ya tatu ilisikitika kuwa haikuwa na nafasi tu.

Nia yangu ilikuwa ni kuzidi kukaa Mpwapwa na kuendelea katika kazi yangu lakini kwa sadaka ya mkatizo wa masomo ya binti yangu nilijiona siwezi kabisa kufanya hivyo. Kwangu jambo hilo lilikuwa ni gumu sana; nami nina matumaini kuwa litaonekana si jepesi kamwe kwa wazazi wengine. Nguvu ya maji ni mawe, na ya mtu ni mwanawe. Nilikuwa si tayari kumwacha binti yangu katika ujinga. Gugu la ujinga lilikuwa limeanzwa kukatwa; na mtoto alikuwa bado ana umri wa kuweza kufundishika. Ilipasa umri wake utumiwe vema kabla ya kujiona amechelewa na kufungiwa milango ya skuli. Kwa hivi niliomba idara yangu inipeleke katika afisi yake ya Tanga ambako mimi mtumishi wake ningaliweza kufanya kazi yangu na binti yangu kuendelea na masomo yake katika skuli ya watoto wanawake ya Serikali au pahali popote pengine ambako ningaliweza kumpatia nafasi binti yangu ya kusoma. Ombi hili halikufaulu lakini kwa la pili kama hili sudi ilifuata.

Ombi langu la pili lilikuwa ni kubadilishana mahali na karani mmoja wa Idara ya Utawala ambaye alikaa Tanga kwa muda mwingi akataka kwenda kukaa bara kwa kusudi la kupata nafasi ya kujiwekea akiba ya fedha na kuepukana na matumizi makubwa yaliyoletwa duniani na vita. Anasa iletwayo na utajiri ilishawishi macho ya rafiki yangu, na manukato ya elimu kwa ajili ya binti yangu yalishika pua yangu. Tofauti na vitu siku zote kufanya nafasi kuwa tupu duniani. Nitafananisha niliyosema hapa sasa hivi kila msomaji aelewe. Rafiki yangu alipata nafasi katika Idara ya utunzaji wa Wanyama na mimi katika Idara ya Utawala. Mabadiliko yetu yalikamilika Machi, 1946.

IDARA YA UTAWALA

KARIBISHO langu katika idara hili lilikuwa jema kama lile nililopewa katika idara ya kwanza. Mudir wa Wilaya alikuwa mtambo wa kimo. Umri wa fikira vilikuwa vimekwisha kuanza kugusa uzuri wa nywele zake lakini katika mwili wake wa wastani ilikuwamo nguvu ya ujana. Kwa kila hali alikuwa na sura iliyoonyesha kuwa hakutaka kitu chochote kidhurike katika maisha ambacho aliweza kukiokoa. Mtu huyu mkubwa alinipa mlahala mwema nilipoingia katika afisi yake. Tulishikana mikono tukaongea vema sana kwa muda wa dakika chache. Alisema kuwa Tanga ilikuwa na shida ya nyumba na kuwa alikuwa na wasiwasi kama niliweza kupata nyumba ya kukaa. Nilijibu kuwa nilikuwa na nyumba yangu mwenyewe pale mjini na kuwa asiwe na wasiwasi juu ya jambo kama lile. Namna yake ya kujali mambo na kushiriki katika dhiki za watu kama nilivyogundua wakati tulipokuwa tukiongea pamoja ilinishangaza. Niliona fahari kubwa sana kufanya kazi chini yake. Kama ningaliweza nilitamani ningalilipa fadhili yake kwa usemi wote mwema ambao wanachuoni walimilki lakini maneno ya kuniwezesha kufanya hivyo nilikuwa sina. Kwa kuweweseka nilimshukuru tu nikatoka nje baada ya kuagana.

Msaidizi wa Mudir wa Wilaya katika afisi yake alikuwa ni mke wake. Bibi huyu alikuwa ni hodari na mcheshi sana. Kutwa alikuwa mezani pake akishughulika na nyaraka. Neno ahsante lilikuwa kama lilipigwa chapa katika midomo yake kwa jinsi lilivyokuwa tayari siku zote kutoka hata kwa utumishi mdogo aliotendewa. Sikumbuki hata kidogo kuwa alinitendea nuksani wakati wote niliotumika chini yake.

Nilikuta makarani watatu katika afisi hii. Majilio yangu yalifanya jumla ya makarani kuwa wanne. Karani mkubwa juu yetu alikuwa na kazi ya mfulizo ya muda wa miaka ishirini na tatu. Mimi nilikuwa nimetimiza miaka ishirini katika kazi lakini katika idara hii muda wangu wa kufanya kazi ulikuwa si mkubwa ila mwaka mmoja tu. Mtu wa tatu alikuwa ametimiza miaka kumi katika afisi na wa nne mwaka mmoja tu. Wote tulikuwa wenyeji wa Afrika. Afisi Kuu ya Utawala katika Wilaya ya Tanga ilikuwa ina fahari kubwa kuwa kwa muda mwingi sana makarani wake walikuwa ni watu weusi.

Makarani wote niliowakuta pale walikuwa wakipatana sana. Ilikuwa ni wajibu wangu mimi vile vile kutenda yote niliyoweza ili niwe sawa na wao kwa mapatano na kukaa kwa amani. Niliweza kufanya hivi bila ya taabu kwa sababu mapatano na amani kati ya watu yalikuwa ni mambo mawili ambayo niliyapenda na niliyoyafikiri kuwa ni muhimu mno katika maisha. Ndege wa manyoya hupatana katika kiota chao kidogo; ni aibu kubwa wanadamu hukosana katika nafasi pana.

Kwa kuwa muda wangu wa kufanya kazi katika idara hii sasa ni mwaka mmoja tu adabu yakataza kusema mengi kuliko niliyoona. Nasimulia habari ya maisha yangu na matokeao yaliyohusu maisha hayo peke yake. Sina haki ya kwenda ng'ambo ya mipaka ya mambo yasiyohusu hadithi nisimuliayo. Kwa hivi sura hii mwisho wake ni huu.

NILIKUWA MSHAIRI

BAHATI ilinifanya mshairi tangu 1932. Niliandika mashairi mengi madogo juu ya mambo mbalimbali ya desturi. Baadhi ya kazi hizi zilikutana na macho ya wasomaji katika magazeti na nyingine hazikukutana na sudi kama hiyo kwa sababu ziliandikwa kama mfano wa barua kwa watu wachache tu.

Adolf Hitler alipotangaza vita katika 1939 katika dunia ushairi ulinihitaji niimbe tokeo lote la vita. Nilijipurukusha sana nisifanye hivyo lakini sikuweza. Ushairi ni elimu au maaarifa ya kuiga tokeo, mvuto, kitu au tendo. Tokeo la kuigwa lilikuwa limejitokeza ulimwenguni wenyewe. Niliona kuwa sina dharura njema ya kuniweka kitako kimya kama bubu wakati vita ilipokuwa ikishughulisha watu wote katika dunia. Heri ya watu hao ilikuwa ni heri yangu, na msiba wao ulikuwa ni msiba wangu vile vile. Ilinipasa kushiriki katika tokeo lile kwa namna yoyote niliyoweza.

Katika 1942 nilijiona nimetumbukia hata shingoni katika ushairi wa kuimba vita vya dunia nzima. Mataifa mengi, makabila kadha wa kadha na mamilioni ya watu wa imani mbalimbali walikuwa wakipigana mahali mbalimbali katika ulimwengu lakini mwimbaji nilikuwa ni mimi peke yangu katika Afrika Mashariki. Yamkini walikuwako waimbaji wengine katika nchi nyingine lakini habari zao mimi sizifahamu. Nilikuwa sijui kwa muda gani vita vitaendelea, siku ya mwisho wake wala upande ambao utashinda. Kama vita vililazimu kudumu kwa muda mrefu wa utenzi ambao nilikuwa nikibuni ulilazimu kuwa mrefu vile vile. Basi nilijiweka nyuma ya vita kufuata na kuandika maendeleo, marejeo, mapato na hasara zake kila mahali ambako habari zake niliweza kuzipata. Kazi ya kukusanya habari hizo ilikuwa si ndogo lakini haikunichosha.

Watu wachache walioona mwanzo wa usanifu wangu hawakusita kusema kuwa nilikuwa nikifanya kazi ya bure. Mimi mwenyewe sikuona kuwa ilikuwa ni kazi ya bure. Nilikuwa nikiandika habari ya tokeo kubwa lililotokea katika dunia wakati wa karne ya maisha yangu. Kama kazi yangu ikikosa kunilipa ijara hapana shaka itakuwa mazungumzo mema kwa watu ambao hawakuona tokeo hili baadaye. Kadiri dunia itakavyokumbuka tokeo hili ndivyo kazi yangu itakavyokumbukwa vile vile. Niliona kuwa sikuwa na hasara hata kidogo. Mauti huua mwili wa mwandishi ukawa vumbi tupu kaburini, lakini mchoro alioandika wakati wa maisha yake hudumisha uhai wa jina lake duniani milele. Kwangu mimi jambo hili lilikuwa ni bora kuliko fedha na dhahabu ya ulimwengu.

Utenzi ulipotokea mara ya kwanza katika magazeti nilitiwa hofu kuwa Jerumani akishinda vita nitahukumiwa uhalifu mkubwa. Hofu hii ilipata nafasi ndogo kabisa katika moyo wangu. Mimi nilikuwa si raia wa Kijerumani. Nilikuwa ni raia wa Kiingereza na adui wa Jerumani wakati wote wa vita. Kama baada ya vita nilipasa kuhukumiwa kwa uhalifu na hakimu adui ilikuwa si kazi yangu hata kidogo kuangalia. Ilikuwa ni juu ya hakimu wangu kufanya wajibu wa kazi yake.

Watu kama A.A.M. Isherwood, C.M.G., Mudir wa Elimu, Tanganyika Territory, B.J. Ratcliffe, Katibu wa Jumuiya ya Lugha, Afrika Mashariki, C.G. Richards, Mwongozi wa Duka la Vitabu, Nairobi, na wengi wengine waliushangilia sana utenzi wangu. Kwa shangwe la watu hawa nilifuliza kuandika hata mwisho wa vita.

BAADA YA MIAKA HAMSINI

UTANGULIZI

MAISHA yangu yamekwisha andikwa katika sehemu mbalimbali: Juu ya utoto wangu na juu ya utu uzima wangu. Sehemu ya kwanza ilituzwa tuzo ya kwanza ya vitabu katika shindano la kuandika insha; sehemu ya pili ikaniletea tuzo ya kwanza ya fedha katika shindano la uandishi wa vitabu pamoja na fursa ya miliki ya kazi yangu iliyoshinda. Sehemu ya kwanza haikupata kupigwa chapa. Ilikuwa katika mwandiko wa mkono ambayo haikuwa na nakili. Baada ya kupelekwa katika shindano sikupata kuiona tena. Hii ni sehemu ya tatu ya maisha yangu sasa baada ya kupita umri wa miaka hamsini, nayo imeandikwa nje ya shindano na pasipo tamaa ya ushindi wala zawadi iwayo yote.

Shaaban Robert
Tanga, Tanganyika Territory
Septemba 1, 1960

BIMA

KATIKA mwaka wa 1930 nilitembezewa bima ya maisha nikakubali kuwa mmoja wa washtiri kwa kuilipia kwa kila mwaka kwa muda wa miaka ishirini baada ya kutahiniwa na dakitari. Nilikuwa na umri wa miaka 21 na bado katika hirimu ya maisha katika wakati huu. Dhana ya kwamba nilikuwa na afya dhaifu au iliyotuhumiwa katika mwili ilikuwa haimo katika fikira yangu. Nilijaa shauku ya usitawi na matumaini ya furaha katika moyo.

Naam, katika hali hii ya afya na matumaini ndivyo nilivyokuwa kweli, kwa sababu niliweza kuishi nikafanya kazi mfululizo kwa muda wa miaka thelathini mingine bila ya kuwa mgeni katika Hospitali yoyote, mpaka nilipokwisha zunguka nusu ya kwanza ya miaka mia ya umri ambao nasimulia watu katika kurasa za kitabu hiki.

Washniri wengine katika ujirani walikuwa watu wawili - mume na mke - waliokuwa si wenyeji wa Afrika. Mimi na wenzangu hawa wawili tulitahiniwa na Dakitari mmoja katika wakati mmoja na siku moja. Matokeo ya mtihani huu wa afya yalipotangazwa baada ya siku chache kwa kila mmoja wetu yalikuwa kukubaliwa kwa wenzangu na kukataliwa kwangu.

Baadhi ya watu wa dini wangalitosheka na imani ya kuwa kutofanikiwa ni haki kama wao wenyewe hawakupatwa na hasara; na wengine wangalitosheka na shukrani ya kuwa wengi huitwa wachache wakachaguliwa kama wao wenyewe hawakuachwa nje ya uchaguzi. Majivuno yote ya uamuzi yalikuwa kwa mwamuzi, si kwa mwenye kuamuliwa. Haijulikani mtu wa siasa au mdai usawa angalikuwa na hoja gani njema na zenye njia, au mashtaka mangapi yenye nguvu na yasiyobatilika juu ya uchaguzi kama huu!

Katika washtiri waliofanikiwa, maisha ya mmoja yalikuwa mafupi maskini akapatwa na mauti baada ya miaka kumi, na maisha ya wa pili yaliyokuwa marefu yalikoma baada ya miaka kumi na mitano tu ya kuwa katika mkataba wa bima. Kusema kuwa sote tutakufa ilikuwa si faraja kwa mtu ye yote. Ilikuwa namna moja ya dhihaka za mwanadamu katika mambo ambayo hakuweza kuyatawala. Hapana mwenye kutaka kifo kama kiliwezekana kuzuiwa.

Ni desturi kutofanikiwa kuleta sikitiko, ingawa mtu hana budi kuvumilia na kucheka kadiri awezavyo; lakini sikitiko langu juu ya kukataliwa katika bima hii lilikuwa si kubwa kuliko huzuni yangu ilivyokuwa juu ya kupotelewa na majirani zangu wawili katika umri mchanga wa maisha yao. Pato ambalo nilizuiwa katika bima lilikuwa si kitu kwangu kuliko urafiki wetu ulivyokuwa.

Audhubiliahi! Hata mtu yeyote mwenye imani kubwa kuliko yangu, tukio kama hili lisingaliweza kumtia katika wazo kuwa bima yenyewe yote ilikuwa kisirani kilichokuja makusudi kumtetesha na kumfarikisha vibaya na majirani aliowaamini kuwa marafiki, na aliowategemea kuwa wafariji zake katika ulimwengu uliopendeza kwa fahari na uzuri, na uliochukiza kwa aibu na upweke? Fikira ya mtu ye yote aliyestahabu kweli kuliko mapendeleo isingalikuwa vingine ila hivi.

Jambo lenyewe lilikuwa dogo katika kipimo na jepesi juu ya mizani, lakini lilikuwa kubwa katika fikira na zito katika kumbusho. Lilikuwa moja katika mambo yaliyokuwa hayazami upesi katika bahari ya sahau ya mtu, kwa sababu lilikuwa dharau katika uhusiano na udhia katika masilahi katika dunia iliyokuwa na wingi wa giza la chuki na uchache wa nuru ya mapenzi, kwa kutendeana siku zote madogo yaliyotenga watu kuwa mbalimbali sana kuliko rangi na lugha zao zilivyofanya, zinavyofanya na ambavyo zitafanya katika wakati wowote katika dunia.

Faraja ya binadamu ni udhaifu wake. Kwa desturi, nilikuwa sina asili ya kuwa imara katika huzuni. Nilikuwa mtu dhaifu katika udhaifu. Nilishindwa siku zote kujizuia kuhuzunika, sikumudu kusahau kunung'unika manung'uniko yalipopasa, sikuweza kujituliza wala kujipurukusha vingine mpaka nilitumbukwa ghafula na shairi hili:

Kiunzi Chetu

1 Kiunzi chetu hafifu japo twajiona goya,
    katika maisha yetu
Ya pambo la utukufu na ghururi ya dunia,
    ya dahari hii yetu,
Yenye mwingi ushaufu na fahari na hadaa.

2 Katika umbo pungufu lenye maumbile haya,
    yaliyo na utu wetu,
Hali ya ukamilifu, kwetu sawa na ruia,
    inayopita kwa mtu,
Asiye nayo halafu hata kwa kukumbukia.

3 Kwenda nao udhaifu, kwetu sisi ni tabia,
    maana uhai wetu,
Hauna mabadilifu bora zaidi ya haya,
    katika hatua zetu,
Zilizo fupi na ndefu, kila aina ya njia.

4   Wakati wetu wa ufu maisha kuvunjikiwa,
        Kaburi hifadhi yetu
    Ya kusetiri uchafu; - uvundo wetu mbaya,
        si kawaida ya mtu,
    Kudumu na unadhifu hali yo yote akiwa!

SIASA

KWA mzoea ndoto na mpenda kujipoteza katika mawazo huona siasa ina wingi wa mambo ya kufikiri na kutenda. Macho yake huvutwa juu na chini, nje na ndani, mbele na nyuma, na kulia na kushoto ya nchi, uraia na serikali. Kwa muhtasari, fahamu ya mtu huyo huchukuliwa katika kushauri na kutaradhia, katika kupima na kuhidi, na katika kadha na kadhalika.

Ari ya nchi ina nguvu. Ni sehemu ya ajabu ya fahari ifanyao mtu kuwa amini, mvumilivu na imara. Hushika mwanamume na mwanamke ikawatumia ipendavyo. Huchoma katika damu ya mtu ikafanya kazi kama uchawi. Hapana lawama la haki liwezekanalo kuwekwa juu ya mtu mwenye ari hii kwa sababu kila mtu - mlaumu na mlaumiwa - anayo. Katika sheria huwa halali hata katika serikali mbaya.

Serikali ikiwa pofu katika haja njema za ari hii, watu wake huwa viziwi juu ya utii. Fujo kubwa lisilotakiwa lilioje!

Ari hii iko kwa malaika na majini; kwa ndege katika hewa, na kwa wanyama katika pori. Hupatikana kwa wanaoonekana wachache na kwa wasioonekana wengi: kila kilicho katika mwangaza maradufu yake imo katika giza, kwa baadhi hutokeza mapema, na kwa wengine majilio yake huchelewa; kwa baadhi hupatikana nyingi, na kwa wengine huwa kidogo; lakini haikosekani kuwako. Haijali adhabu wala si dhambi ila iwe imeandamana na jeuri na ukatili.

Mwanzo wa kutokeza, sura yake huonekana chafu na mbaya, na wafuasi wake wachache huwa katika hatari ya mashtaka na adhabu kali, lakini hivi ndivyo ulimwengu ulivyo siku zote; usingekuwa kama hivi, ungekuwa pepo iliyojaa nuru, utukufu, mapenzi na furaha kwa ajili ya wote. Hata manabii na wahidi bora hawakupata kusamehewa na mateso ya dunia. Walipata fungu maridhawa la maafa.

Kiti hiki nyerezi huleta mabadiliko makubwa katika dunia na katika maisha ya watu.

Sikuwa na kago juu ya ari hii. Alivyokuwa kila mtu ndivyo nilivyokuwa mimi vile vile. Nilitekwa na uzalendo kama alivyotekwa mtu yeyote mwingine. Sikupenda kuwa mgeni katika nchi ya asili na uzazi wangu. Sikutaka kuwa mtazamaji wakati wananchi wengine walipokuwa wachezaji nikajiunga na chama. Chama cha siasa katika wakati ule kilikuwa Chama cha Waafrika kilichoundwa na kuanzishwa katika mwaka 1929.

Chama hiki hiki kilichokuwa na wanachama wachache wanyonge na maskini waliodharauliwa, na kilichoanza na madai madogo ndicho kilichokuwa asili ya Tanu katika mwaka wa 1954 iliyopata wanachama wengi na msaada wa nchi nzima katika madai ya Uhuru na utawala chini ya uongozi wa Julius K. Nyerere aliyezaliwa katika mwaka wa 1922 alielimishwa Musoma na Tabora katika Tanganyika. Madarasa Makuu ya Makerere, Uganda, na katika Edinburgh, Uingereza. Watu wa desturi na dini mbalimbali waliungana katika umoja, na makabila yaliyotengana yalijiunga katika taifa chini ya mtu huyu.

Moyo wangu uliyeyuka tamthili ya theluji chini ya jua juu ya mambo mengi ya nchi, nikaona ilikuwa wajibu na heshima kwangu kusaidia kuratibu na kujenga usitawi kama walivyotenda wengine. Nilihudhuria mikutano katika janibu na katika nchi nyingine kila nilipopata nafasi mpaka serikali ilipozuia watumishi wake kuwa wanachama na kushiriki katika siasa.

Kwa safari za mbali, kila mwanachama ilimpasa kujilipia nauli na matumizi yote mwenyewe, na ilikuwa bahati kubwa kama aliweza kurudishiwa sehemu yoyote ya gharama na chama. Rais alikuwa hana masurufu, na katibu na hazina walikuwa hawana mshahara. Kazi za watu wote zilikuwa za hiari na sadaka tu. Ulikuwa wakati wa majaribu na wa maulizo ya dharau:

Mwafrika aliweza kufanya nini?
Alikuwa mtu gani mbele ya watu?

Hupendeza kuona kuwa ile iliyokuwa ndoto tupu, au upuzi wa mwisho, imekuwa hakika na yakini, na nchi ikawa katika mwendo wa maendeleo ya hatua kubwa. Sura chafu na mbaya ya zamani, viongozi na wafuasi walipotendewa na walipohesabiwa kama wahalifu na waasi, iligeuka kuwa safi na nzuri ya kuajabiwa kama ajabu kubwa katika historia ya watu na nchi ya Tanganyika.

MWANDISHI

KUWA kwangu mwandishi ni matokeo ya mazoezi katika ujana, na hata sasa nimekwisha zunguka nusu ya karne - macho hayana tena nuru bila ya miwani - sijaacha bado mazoezi haya. Ndoto za furaha yangu katika uandishi zilivyokuwa katika wakati wa ujana ndivyo zilivyo leo katika wakati wa uzee na uchovu. Katika ujana nilifanya matendo mengi, lakini hapana hata moja nililoweza kulitawala likabakia katika matumizi na utumishi wangu ila uandishi.

Kazi ya hiari hushinda utumwa. Uandishi ulikuwa kazi ya hiari kwangu. Haikunichosha wala sikuisinzilia. Nilijiona ilinipasa kuandika tu! Ilinilazimu kuandika katika wakati wote. Niliandika mchana na usiku, na kati ya kulala na kuamka siku zote. Hapana shaka niliandika mno - lakini hapana aliyejua hilo sana kuliko nilivyolijua mimi mwenyewe - lakini sikuweza kujizuia. Kama Kirama - mwandishi wa dhambi na thawabu - niliandika mara kwa mara juu ya mambo mbalimbali: Hadithi, Historia, Insha, Magazeti, Ngano, Tawasufi, Vitabu wasifu kwa mjazo na Ushairi. Sikupenda kufichua siri bali ghairi ya kukusudia kalamu yangu iliteleza ikazifunua!

Hata makala baada ya makala, au musiwadi baada ya musiwadi, au kitabu baada ya kitabu kilipochukuliwa kwa hadaa na bila ya malipo yoyote sikuona hasara nzito, kwa sababu sehemu chache tu za sanaa zilipotea wakati hazina ya sanaa mbalimbali mpya na hata nzuri zaidi ilipokuwa bado katika miliki ya uandishi wangu. Majohari haya yote yalikuwa yangu mwenyewe katika wakati wowote. Hisi kama hii ilikuwa faraja yangu kubwa.

Katika mwaka wa 1951 nililipwa Shilingi 200/- kwa kazi ambayo ilileta pato kama la Shilingi 10,000/- kwa vitabu 5,000 katika mifuko ya watu wengine, na iliyowezekana
kunakiliwa mara kadha wa kadha baadaye. Mapatano kati yangu na wapigisha chapa juu ya kazi hii yalikuwa kulipwa kwa jumla. Malipo yenyewe ya jumla yalipokuja yalikuwa shilingi 200/- kwa kazi iliyogharimu fikira, uangalifu, uvumilivu na wakati! Kwa pato hili lililokuwa haliridhishi ndivyo nilivyopata kujifunza maana ya malipo ya jumla.

Kama kwamba nilikuwa punda wa dobi, au mjinga wa wajinga, nilitakiwa kutoa kazi nyingine katika mwaka wa 1959, kwa ahadi ya malipo ya tano kwa mia ambayo hesabu yake ilikuwa katika uwazi kwa wapigisha chapa wenyewe, lakini katika giza totoro kwa mwandishi, kwa sababu hakuamriwa kujua vitabu vingapi vilitengenezwa na jumla gani ya fedha ilipatikana.

Nilipokataa kutii haja hii udhuru ulipatikana nikaonyeshwa kwa kinyume kikubwa kuwa hapatakuwa na mpigisha chapa yeyote katika dunia nzima wa kazi zangu kama hazikudhaminiwa. Hili halikuwa tisho la bure. Baada ya siku chache tu kazi yangu moja iliyokuwa Ulaya ilirudishwa kwangu; na baadhi ya wapigisha chapa katika Afrika Mashariki walinigeukia. Mapatano yalivunjika, kazi pamoja na gharama yangu nikarudishiwa. Udhuru uliofuatana na vitu hivi ulikuwa haufahamiki, achilia mbali kusadikika. Ilikuwa hila tupu.

Ujinga wa wapigisha chapa katika Ulaya wa kutojua thamani iliyokuwa katika kazi zilizokuwa katika lugha iliyokuwa si Kiingereza uliwanyang'anya hiari ya uchaguzi juu ya kitu chochote kilichofaa kwa matumizi na biashara. Ulichezea akili yao kubwa. Tishio hili lilikuwa kubwa sana kwangu, bali lilikuwa limechelewa vile vile, kwa sababu katika mwaka wa 1960 nilikuwa nimekwisha anza kupigisha chapa kazi mbili kwa gharama yangu mwenyewe.

Kwa kazi yangu iliyoweza kuleta Shilingi 25,000/- kwa vitabu 5,000 katika mwaka wa 1954 sikupewa hata pesa moja ya shaba kwa muda wa miaka kadha. Mkataba kati yangu na wapigisha chapa juu ya kazi hii ulikuwa kugawana sawa faida baada ya kulipa gharama. Wakati wa kuandika habari za mkasa huu kitabu hiki kimekwisha pigwa chapa mara mbili katika 1954 and 1957, na yamkini kitapigwa chapa tena mara kadha wa kadha. Nilipoandika kudai haki yangu iliyokuwa katika mkataba katika mwaka wa 1960, baada ya miaka mitano kupita, nililipwa Shilingi 800/- kama nusu ya faida. Nusu ya faida katika miaka mitano ilikuwa Shilingi 800/- kwa kitabu kilichofikia thamani ya Shilingi zaidi ya 6/- katika maduka! Hata malipo haya yalitokea baada ya mfululizo mkubwa wa barua za madahala na madai ambazo hazikujibiwa.

Sikupata kitu kwa kazi yangu iliyoleta karibu Shilingi 15,000/- kwa vitabu 5,000 katika mwaka wa 1958. Maafikiano kati yangu na wapigisha chapa Juu ya kazi hii yalikuwa kuonyesha ulimwengu kazi yenyewe kama kwamba hii ilikuwa mara yangu ya kwanza ya kuandika kitabu! Pahali pa kugawiwa faida ya onyesho lililopata ufanifu wa kutosha, nilitakiwa kushukuru uchungu wakati pato lote lilipokwenda kwa wengine. Mungu bariki, nilikuwa na kago la mazoea ya furaha katika kazi ya uandishi lililoniokoa katika uchungu na jitimai. Ilikuwa kweli ya kuwa sikutazamia kupewa haki. Palikuwa hapana ahadi kama hiyo, lakini ilikuwa wapi fadhili ya utu?

Matendo haya yametokea katika karne ya fahari kubwa ya haki, usawa na ustaarabu! Ulikuwa wakati wa ustaarabu na haki na usawa wa kutwaa, sio wa kutoa, uliotwaa kwa choyo kila kitu bila ya kutoa kitu chochote badala yake, kama bahari iliyokupwa bila ya kujaa siku zote. Ustaarabu na haki na usawa uliokosa maisha na ukarimu, na ulioweza, kama uliachiliwa kutenda ulivyotaka, kufilisi na kukausha kila kitu katika uso wa ardhi.

Laiti ningalikuwa pembe nyeusi (mtumwa) katika karne za ujinga, ushenzi na dhuluma, lakini zilizojaa wema na mapenzi; bwana wangu asingalikubali hata kidogo kuniacha taabani katika njaa na dhiki nyingine za ulimwengu. Ingalimlazimu kunitunza vema kwa chakula na nguo ili nizidi kuleta faida kwake, hata kujinunulia ukombozi wangu mwenyewe nikaheshimika kwa kuwa mwungwana na mwanachuoni; walakini katika nuru ya ustaarabu uliokaribia kuabudiwa, na wa majivuno makubwa ya elimu; aibu hizi zimetendwa bila ya kusita na watu ambao walikuwa karibu kama malaika wa Mungu, waliokuwa na tasbihi mikononi maneno ya manabii vinywani, na walioonekana katika dini na ibada kila siku na katika kila kipindi.

Nilikuwa mtumishi wa bure na mtu wa chini kuliko pembe nyeusi yo yote iliyopata kuwako katika ulimwengu huu. Kwa nani? Kwa wale waliofadhiliwa na waliotajirishwa na waliotumikiwa na waliofunzwa na kazi zangu!

Ebu, weka katika mizani ya fikira halali ya malipo ya Shilingi 1,000/- katika pato la Shilingi 50,000/- lililotokana na akili, taratibu na kazi yako wewe mwenyewe! Pasipo hifadhi na rehema ya Mwenyezi Mungu, tendo kama hili huweza kukatisha tamaa ya mtu katika maisha yake yote. Alhamduliliahi! Sijavunjika moyo, tena ningali nayo bado furaha katika uandishi kama alivyo bi-arusi kwa mpenzi wake. Katika maisha baadhi husumbuka na wengine hucheka.

Hata katika madai ya kuwa maenezi rahisi ya masomo na elimu kwa kutoa vitabu kwa thamani ndogo ilivyowezekana yalikuwa yamelazimu kuandaliwa kwa manufaa ya watu katika nchi, lakini ilikuwa wajibu wa wazi kwamba maandao kama hayo yalipasa, kwa kila hali, kutunza na kugawa haki sawasawa. Ilivyopasa kuwalipa wapiga chapa kwa kazi yao, na wapigisha chapa kwa fedha yao ndivyo ilivyopasa kuwalipa waandishi kwa makala yao, kama wote hawa walitazamiwa kuchanga vema na kwa bidii katika maendeleo ya ulimwengu uliotaka sadaka ya matendo kwa wote.

Hujulikana kwamba bila ya fedha makala hayapigishiki chapa kuwa vitabu, kwamba fedha ni kitu muhimu, na kwamba mpigisha chapa hutumia fedha yake hasa kwa tamaa ya faida; lakini makala na fedha ni haki za watu wawili au zaidi mbalimbali; mpigisha chapa ambaye hajali haki ya mwandishi hastahili kupata makala iwayo yote; fedha huzidi kuwa muhimu kwa matumizi mema na yenye manufaa kwa wote; faida ambayo haitoi faraja zilizo wajibu kwa mfanyikazi haiwezi kushawishi kutumikiwa na mtu. Ni dhara ya utumishi katika dunia. Nani mjinga sana na kupenda kufanya kazi kwa tajiri aliye yabisi wa moyo na atakaye kwa choyo hata na uto wote wa faida? Chakula, nguo, nyumba, kodi na haja zake nyingine za wajibu katika maisha haya ya toa na twaa angezilipia kwa kitu gani? Wimbo mtupu hauwezi kumlipia mtu gharama katika maisha.

Mwandishi si mtu wa ajabu awezaye kuishi kwa kula hewa na kunywa ukungu. Ni mtu wa desturi ambaye, kama watu wengine wa desturi, hafarijiwi na hasara.

UKINZANI

HUZUNI juu ya ufisadi, ufasiki na maradhi yalivyodhuru watu katika nchi yetu ilikuwa haitoki katika moyo wangu. Kila nilipojipurukusha nayo isinigande ndipo nilipozidi kuwa nayo. Nilikwenda nayo pamoja kama kivuli changu mwenyewe katika wakati wote na sikuzote. Tabia ngeni ya maisha ya ujane ilikuwa inachukuliwa kibubusa na wanaume na wanawake katika nchi.

Ndoa hazikuheshimiwa na uzazi ulikuwa kidogo katika nchi. Makao mema kwa watu na makonde mazuri kwa mashamba yalikuwa matupu au misitu ya wanyama kwa sababu ya utasa. Nchi ya eneo la maili niraba 365,000 ilikuwa na jumla ya watu chini ya milioni kumi! Kwa hivi, nilitoa mawaidha machache juu ya ujane kwa shairi lifuatalo:

Ujane

1. Mungu Bwana wa thawabu nifundishe maamuma,
   Haya ninayokutubu naomba kwanza karama,
   Maneno kuwa taibu, niombalo liwe tama,
   Ujane una matata si jambo la kutumia.

2. Niepushe na hatari na mashimo ya visima,
   Ishikane mistari kama mkufu wa chuma,
   Nitie katika siri, nijue kuna Kiyama,
   Ujane una matata si jambo la kutumia.

3. Awali ya mwanzo wake ni vizuri kuusema,
   Aliumbwa peke yake baba yetu wa heshima,
   Adamu pasipo mke, Mungu hakuona vema,
   Ujane una matata si jambo la kutumia.

4. Ujane neno la feli, kugombana watu wema,
   Wenye kutunga methali ndivyo wanavyousema,
   Ndipo tusiukubali nyuma yake kuandama,
   Ujane una matata si jambo la kutumia.

5. Kwa lugha ya Kimvita wazee wetu husema,
   Ujane shina la vita watu mijini kuhama,
   Hadhi ukiitafuta ujaneni imezama,
   Ujane una matata si jambo la kutumia.

6. Ujane hauna hadhi ilihama tangu zama,
   Wamekubali makadhi wateule wa kusoma,
   Ukitaka kuwa radhi ungana na kina mama,
   Ujane una matata si jambo la kutumia.

7   Nitazidi kuhubiri ili nipate ungama,
Mungu wetu wa fahari hapendi kuficha nyuma,
Ametutia dhamiri kuchagua na kupima,
Ujane una matata si jambo la kutumia.

8   Ujane unakirihi nilikuwa mwanachama,
Ingawa nilistahi sikutokwa na lawama,
Muda mwingi sikuwahi nikavunjiwa heshima,
Ujane una matata si jambo la kutumia.

9   Ujane ni nuksani hasa kwa mtu mzima,
Ijapo mwanachuoni atafanyiwa tuhuma,
Mtazameni fulani hana alipo simama!
Ujane una matata si jambo la kutumia.

10   Ujane ni ukatili unaposhikwa na homa,
Kukosa mtu wa pili kukufanyia huruma,
Mateso huwa makali kama mshale hufuma,
Ujane una matata si jambo la kutumia.

11   Hakika wapo watawa nchi zetu za mrima,
Ambao hawana doa, waishio kwa salama,
Lakini walizaliwa, hawakuja kwa kulima,
Ujane una matata si jambo la kutumia.

12   Katika mambo sahihi, nataka tena kusema,
Mojawapo ni nikahi ndilo jambo la adhama,
Viumbe tumefurahi kwa kutuunga Karima,
Ujane una matata si jambo la kutumia.

13   Dunia mume na mke kwa watu hata wanyama,
Hili tusilitanuke, tutakutwa na nakama,
Limekuja lifanyike, tuwe watu wa hekima,
Ujane una matata si jambo la kutumia.

14   Bwana mwenziwe ni bibi, asili yetu daima,
Ilimpendeza Rabi kutupa sisi neema,
Tutengane na madhambi na moto unaochoma,
Ujane una matata si jambo la kutumia.

15   Shairi nalimaliza, kituoni limekoma,
Nina kazi nafanyiza, yatakiwa hima hima,
Wajibu kutekeleza, kupuza sio heshima,
Ujane una matata si jambo la kutumia.

Tokeo la shairi hili katika gazeti liliumua dhoruba ya ukinzani. Magazeti mazuri yalichafuka kama bahari shwari iliyoingiwa na tofani, giza na mawimbi. Mashambulio hayakuwa juu ya kazi yangu tu, hata mimi mwenyewe sikupata msamaha. Mafundi na wanafunzi, wazazi, wana na mabinti wao: wote walinijalidi. Ilikuwa kama msako wa ndovu mtu aliyekuwa na bunduki alifyatua, aliyekuwa na uta alivuta, aliyekuwa na kumbwewe alisukuma, aliyekuwa na mkuki alifuma, na liyekuwa na jiwe alitupa. Hoja za wapinzani kwa ufupi zilikuwa hizi:

Ukosefu wa fedha ya mahari;
Kukosa wa kuoa.

Swali la mahari lilijibiwa kwamba lilikuwa jepesi kwa tajiri na maskini. Ndoa iliwezekana kufungwa kwa mahari taslimu, au kwa mahari ghibu. Haikuwa kweli kamwe kuwa kwa mahari mwanamke aliuzwa. Kwa mahari mwanamume alijionyesha tu kuwa alistahili kuwa na mke. Mtu hakulipa kodi kwa sababu alinunua serikali, au mapendeleo ya serikali. Alilipa kodi kwa sababu alistahili kuwa na serikali.

Katika baadhi ya mataifa katika ulimwengu mahari yalilipwa na wanawake!

Kukosa wa kuoa ilikuwa si hoja ya maana wakati hawara alipowezekana kuwekwa. Ujane haukuruhusu matumizi ya uhawara.

Idadi ya wakinzani ilizidi kila mara. Walidhani nilikuwa ndovu shabaha nyepesi. Baadaye upande wangu ulianza kushawishi watetezi. Auni ya kwanza ilitoka kwa Bwana S.H. Kiwato wa Kisiju. Alikuwa mshairi hodari na jabali gumu katika majadiliano. Moja ya mashairi yake lilikuwa hili:

Ndoa Jambo la Suna

1. NDOA ni jambo la suna, nakubali Selemani
   Kwa kila jambo la suna litumika duniani,
   Si kwamba kuitwa suna usitumie Hasani,
   Ndoa ni jambo la suna litumike duniani.

2. Napakatia vitabu, wakili nende Bomani,
   Jina langu Masharubu Kiwato wa Selemani,
   Mimi naona aibu Palla kukwita mtini,
   Ndoa ni jambo la suna litumike duniani.

3. Ndoa ni jambo muhimu, umekubali Hasani,
   Kwa sheria za Karimu, umeona vitabuni,
   Vipi unanilaumu na kutaka ushindani?
   Ndoa ni jambo la suna litumike duniani.

4. Kitu kiitwacho suna hakina kadha mwilini,
   Mfano kula ni suna imewekwa sheriani,
   Maadamu kula suna, hujatumia Hasani?
   Ndoa ni jambo la suna litumike duniani.

5 Haya Palla tukasali, tuende msikitini,
Tukitawadha kamili, tuanze kipindi gani,
Suna ndiyo ya awali, faradhi hula mwishoni?
Ndoa ni jambo la suna litumike duniani.

6 Faradhi vitu viwili amemviweka Manani,
Umauti na kusali ni lazima duniani,
Na kumkiri Rasuli, kufunga ndoa imani,
Ndoa ni jambo la suna litumike duniani.

7 Kutaja Nabii Issa hakuoa kisa gani?
Palla mwana wa kisasa, hufahamu ya zamani,
Kisa cha Nabii Issa kafa bado utotoni,
Ndoa ni jambo la suna litumike duniani.

8 Wawili mkipatana: bibi na bwana njiani,
Huko kubibirishana ni haramu vitabuni,
Ndoa patana na bwana, mzazi wake mwandani,
Ndoa ni jambo la suna litumike duniani.

9 Kisa nikwambie sana, yakuingie kichwani,
Kwa kuwa yeye kijana, yule bibi wa zamani,
Idhini wa Subuhana, kaoa akawa ndani,
Ndoa ni jambo la suna litumike duniani.

10 Kwa herini Warufiji, vita sasa Magomeni,
Nasikia kuna jaji: Mohamed Selemani,
Wajivutia ujaji, una digrii gani?
Ndoa ni jambo la suna litumike duniani.

11 Kila mara ukitunga hutangaza gazetini,
Kiwato umemfunga na Mwamshindo Ngomeni,
Alotangaza wafungwa wametoroka ni nani?
Ndoa ni jambo la suna litumika duniani.

12 Sio wewe Mtuchake na kaka yako Hasani,
    Kwa kesi ya wanawake nikawafunga nyumbani,
    Leo wewe Mtuchake uwe Jaji kortini?
    Ndoa ni jambo la suna litumike duniani.

13 Mohamed Selemani ahukumiwe bomani,
    Adhabu ya Jeremani hamsa wa ishirini,
    Na mnyororo shingoni, jela lako mapangoni,
    Ndoa ni jambo la suna litumike duniani.

14 Kama wewe Andrea usimtusi mwandani,
    Zamani nalisikia ulikuwa Misioni,
    Sasa ni Mohamedia, kakusilimisha nani?
    Ndoa ni jambo la suna litumike duniani.

15 Hilo jina la Kunguru umepewa Msasani,
    Ndugu zako huwadhuru jamii na majirani,
    Sasa uko Uluguru, atakuamini nani?
    Ndoa ni jambo la suna litumike duniani.

16 Salamu Bwama Mtengwa, Sihiyana Buguruni,
    Mashairi ukitunga weka akili kichwani,
    Utaambiwa mjinga kutetateta njiani,
    Ndoa ni jambo la suna litumike duniani.

17 Kaditama Mwamshindo na Mwanaidi mwandani,
    Ziwekeni korofindo vita vya Bwana Shaaban,
    Masoja wenye madundo nawatia mtihani,
    Ndoa ni jambo la suna litumike duniani.

Katika joto la majadiliano ya wazimu, yaliyokosa sababu, akili na maana, yaliyotoka upande wa ukinzani, Bibi Mwanaidi binti Salim wa Ujiji alijiunga katika upande wa utetezi. Imara na uvumilivu wa mwamba ulikuwa katika bibi huyu. Idhaa ya

Tanganyika ilikuwa inatangaza mashairi katika wakati huu. Ukelele gani ulikuwa upande wa ukinzani au upande wa utetezi shairi la majadiliano haya lilipotangazwa katika hewa! Hoja gani zilitoka upande wa utetezi, na madai gani yalikuwa katika upande wa ukinzani katika magazeti ya nchi! Halambe halambe za pande zote mbili zilienea katika Afrika Mashariki. Moja katika mashairi mazuri ya Mwanaidi katika majadiliano haya lilisema hivi:

Faida ya Ndoa

1   Enyi mnaojigamba punguzeni kutukera,
    Ujane hauna heba bali waleta madhara,
    Na ndoa bila ya baba huwa haina imara,
    Kuoa kuna faida; ujane una madhara.

2   Faida yake kidogo na ujane kila mara,
    Daimu huzaa mbogo na kundi la wana vyura,
    Nanyi kufanyiza zogo ni kukosa kwa fikira,
    Kuoa kuna faida; ujane una madhara.

3   Kuoa kuna thawabu na tena ni jambo bora,
    Kunazidisha nasabu moja kwa thenashara,
    Na ujane ni aibu kuzaa bila tohara,
    Kuoa kuna faida; ujane una madhara.

4   Nisikize kwa makini ninenayo kila mara,
    Siyachukulie kani pupa papara papara,
    Baba ni mwenye idhini kwa ndoa si uhawara,
    Kuoa kuna faida; ujane una madhara.

5 Ujane una nakama na kisha una hasara,
Huzaa masariama, hawa wanaozurura,
Wenye ubora kwa mama, baba hamjui sura,
Kuoa kuna faida; ujane una madhara.

6 Ujane una msiba, hauleti kauthara,
Sicho kitu cha kuomba, semeni staghafira,
Mjane hapati nyumba, hapati chumba kapera,
Kuoa kuna faida,: ujane una madhara.

7 Niambie kwa adabu bila chuki na hasira,
Iwapo ndiyo wajibu baadhi mnadhukura,
Kama ndiyo Kiarabu, ujane mwaona bora,
Kuoa kuna faida: ujane una madhara.

8 Madhara ni kupotea watoto wa kihawara,
Kwa mama watabakia, kwa baba zao hutura,
Kwa hili kuligombea, Nuru hupati nusura,
Kuoa kuna faida: ujane una madhara.

9 Ndoa ni kitu mwanana, kisha inatia fora,
Ni shina la kuzaana, kupata jamaa bora,
Watu wanapooana huwa ni ndugu imara,
Kuoa kuna faida; ujane una madhara.

10 Na Jitukali na Nuru, maneno mliyochora,
Paru za mwanao paru zitakujia hasara,
Haidhuru inadhuru, kumlinda ndiyo bora,
Kuoa kuna faida; ujane una madhara.

11 Sije akakupa chuki, moyoni akakukera,
Kumsaka kwa bunduki, na hasira au ghera,
Na boi haaminiki, sije kumpenda sura,
Kuoa kuna faida; ujane una madhara.

12 Tamati ndimi kitabu, mtungaji wa imara,
    Masharabu na Hatibu kaeni mngoje fora,
    Shaaban bila taabu tutakishika kitara,
    Kuoa kuna faida; ujane una madhara.

Ubishi uliendelea ukajieneza kwa namna ambayo sikupata kuona mfano wake katika maisha yangu. Nilisukumiwa maneno makali na mabaya na matusi. Sikuchaguliwa la kuambiwa. Lugha yote ya wakinzani ilijaa nazaa na izara. Dharau na kashifa na hasama na kebehi zilikuwa katika hewa. Mji wa Tanga ulikamiwa kupigwa kwa makombora na watu waliokuwa hawana hata miliki ya kisu cha kotama! Madai na majivuno ya elimu yaliyokuwa katika upande wa ukinzani yalistaajabisha. Ukosefu wa mfupa katika ulimi uliwapandisha katika cheo kilichokuwa hakipimiki - si kadiri yao. Nilifanywa mwanafunzi kwa watu waliotafuta maarifa na shauri kwangu!

Kutoka tena Ujiji nilipata msaada wa kamange, Bwana Ahmad Akilimali. Kamange ni stadi. Huyu alikuwa mshairi wa sifa na mtu madhubuti katika hoja. Katika mashairi yake ya akili na uzuri moja lilinena hivi:

Ndoa Kitu Aula

1. Ahlan wa sahala, asante sana muhibu,
   Sikulaumu kwa ila, umetimiza wajibu,
   Na kila mtu kwa mila, silika ya Kiarabu,
   Ndoa ni kitu aula. Ujane ni kitu duni.

2. Nimepatwa na jaziba shairi kulikutubu,
   Nikueleze misiba ujane unavyosibu,
   Ndoa ni jinsi ya heba watu wanavyohesabu,
   Ndoa ni kitu aula. Ujane ni kitu duni.

3. Ndoa ni kitu aula kama mithili dhahabu,
   Kuipata ni fadhila na baraka na thawabu,
   Na kuikosa madhila, wamkidhibu Wahabu,
   Ndoa ni kitu aula. Ujane ni kitu duni.

4. Japokuwa sina pesa siwezi kuikidhibu,
   Na moyo nitauasa kutenda la kuharibu,
   Ndoa kwa mtu halasa kuwa nayo ni wajibu,
   Ndoa ni kitu aula. Ujane ni kitu duni.

5. Jenga jengo la fahari kutaze Awe dhahabu,
   Na milango ya johari kwa lulu kuirekebu,
   Bila ya mke si nzuri, nyumba utaihatibu,
   Ndoa ni kitu aula. Ujane ni kitu duni.

6. Ila kwa watu wasungo huwa kwao ni wajibu,
   Ndoa kuipaka nongo kwao wao si ajabu,
   Ndoa kitu cha maringo hapana la kughilibu,
   Ndoa ni kitu aula. Ujane ni kitu duni.

7 Ndoa ni kitu hashimu kwa mdogo na shaibu,
Ndoa inamlazimu kama saa na kulabu,
Na kisha haishi hamu inazidisha nasabu,
Ndoa ni kitu aula. Ujane ni kitu duni.

8 Ndoa kitu cha heshima kila tunapohesabu,
Ndani yake yamo mema na faida ya ajabu,
Ndoa kitu cha neema, lipi la kutaajabu?
Ndoa ni kitu aula. Ujane ni kitu duni.

9 Hatuwi watu kamili bila kumcha Wahabu,
Na kujua la halali na ambalo hujaribu,
Tufapo katika kweli pepo kwetu ikaribu,
Ndoa ni kitu aula. Ujane ni kitu duni.

10 Ndoa kitu ashrafu, imo katika vitabu,
Aoae ni latifu, ana chungu ya thawabu,
Hata mbingu humshufu kwa wema na usahibu,
Ndoa ni kitu aula. Ujane ni kitu duni.

11 Iwe ndoa ya nakama kuposwa na mume bubu,
Hushinda ujane mwema, zururu kama kulabu,
Kila ndoa ni neema, ndani ina matilabu,
Ndoa ni kitu aula. Ujane ni kitu duni.

12 Yeyote sikuchagua ni pande zote kuhibu,
Mwanamke kuolewa ni staha na adabu,
Na mwanamume kuoa hukamilisha wajibu,
Ndoa ni kitu aula. Ujane ni kitu duni.

13 Tamati na shukrani, Sheikh Abedi taibu,
Kiwato na Shaaban, Mwanaidi na Hatibu,
Randeni ndugu randeni ushindi upo karibu,
Ndoa ni kitu aula. Ujane ni kitu duni.

Kasi ya ubishi katika upande wa ukinzani haikupungua. Walakini, ilionekana waziwazi sasa kwamba upande wa utetezi haukuwa tayari, kwa hali yo yote, kuuacha ubishi mpaka waivu wameshindwa kabisa kwa fedheha na katika hadhara.

Katika wakati huu Serikali ya Bara Hindi ilitoa shindao la mashairi juu ya Utaifa na Uzalendo kwa watu wa Afrika Mashariki. Niliingia pamoja na waivu wangu katika shindano hilo nikapata zawadi ya kwanza. Kwa watu waliodai sifa ya ufundi katika ushairi tukio hili halikuwa jema. Liliwafuma kama fumo katika nyama teke za fahari yao.

Uta wa ushindi huangikwa. Uta wangu ulikuwa umekwisha shinda zawadi nyingi za kwanza. Ulikuwa uta wa ufanifu wa kutosha. Sikuwa na nia ya kupata zawadi tena, lakini nilitaka kuonyesha usanifu ulikuwa nini, na mimi nilikuwa nani.

Kurudia ubishi wetu, mtu mwingine maarufu katika sanaa ya ushairi alikuja kujiunga katika upande wa utetezi. Huyu alikuwa Bwana Mwinyihatibu Mohamed wa Dar es Salaam. Mkondo wa ukinzani haukuweza kutikisa genge hili. Mmoja wa tungo zake za nahau na ladha ulikuwa huu:

Ndumakuwili

1   Mtovu ndumakuwili kwa haya hana mwafaka,
    Kwake haki na batili kwa pamoja hujivika,
    Huku akakujamili na kule akaitika,
    Ndumakuwili si mwema hujidhuru nafsiye.

2 Hujivika pande zote mpaka akavikika,
   Litengezwalo lolote hatangui huridhika,
   La sheria au tete, lisemwalo hutosheka,
   Ndumakuwili si mwema hujidhuru nafsiye.

3 Hutendwa yasiyotendwa utu ukaufunika,
   Hutanda msimotandwa kama jani la ukoka,
   Kumnasibu nashindwa, wapi pema pa kumweka?
   Ndumakuwili si mwema hujidhuru nafsiye.

4 Huishabihi chokaa juu iliyozimika,
   Na hali umezagaa mvuke ndani hufuka,
   Mcheni ana hadaa jazaye ni kumwepuka,
   Ndumakuwili si mwema hujidhuru nafsiye.

5 Kwetu hatumtumai, ni shinda husukasuka,
   Hapiki na hapakui, aonalo hulinyaka,
   Si maburuki ni mui, sumu humchuruzika,
   Ndumakuwili si mwema hujidhuru nafsiye.

6 Ijapokuwa mwalimu kwa hija zote na zaka,
   Kila sala na saumu na shahada kuzishika,
   Usende naye fahamu katika moja tarika,
   Ndumakuwili si mwema hujidhunz nafsiye.

7 Hupamba yako maneno uone yamenyooka,
   Kiasi cha maachano barazani kuondoka,
   Hutinda yote matano kwa panga au kwa shoka,
   Ndumakuwili si mwema hujidhuru nafsiye.

8 Mtu mwenye ndimi mbili baadhi humwita nyoka,
   Neno lake si la kweli, sura alivyopotoka,
   Ahadize si kamili, hachumi ila mashaka,
   Ndumakuwili si mwema hujidhuru nafsiye.

9 Daima yu matesoni kwa ukuba jijipaka,
   Mapito yake tunduni hachi kujidudumika,
   Hanayo kamwe mizani, endapo hupepesuka,
   Ndumakuwili si mwema hujidhuru nafsiye.

10 Hutupwa ye jalalani shabihi ya takataka,
   Kwa kafara na hisani la heri na la baraka,
   Kuketi naye mijini fitina twaiangika,
   Ndumakuwili si mwema hujidhuru nafsiye.

11 Harabu kisha salata, siombe akipevuka,
   Endapo akafumbata hata vikafumbatika,
   Si shei janga kuleta la kutua na kutwika,
   Ndumakuwili si mwema hujidhuru nafsiye.

12 Ni mdaku hudakua siri iliyojizika,
   Yeye akaizikua mwenda akamzunguka,
   Mzunguko wa hatua huzidi kumzunguka,
   Ndumakuwili si mwema hujidhuru nafsiye.

13 Hushindilia mishale tele ndani ya ziaka,
   Akaja kinyelenyele bila ya kusikilika,
   Kisha huzinza kwa mbele kundini akawatoka,
   Ndumakuwili si mwema hujidhuru nafsiye.

14 Huko aelemeako mwisho nyuma hugeuka,
   Ikawa kule mwendako kitambo huwafyatuka,
   Astahabu vituko, mishale kuwaalika,
   Ndumakuwili si mwema hujidhuru nafsiye.

15 Mwetu wamehinikiza kwa safu na kwa tabaka,
   Nyoyo ziwangile giza kile twika hujitwika,
   Jitukali hakusaza ndumile kumithilika,
   Ndumakuwili si mwema hujidhuru nafsiye.

16 Moja hulidunduliza, theneni akabandika,
   Kuridhi binti kwamza, fungu hilo mfaraka,
   Kwa kando limejibanza, halimo penye shirika,
   Ndumakuwili si mwema hujidhuru nafsiye.

17 Ujane ni jakamoyo na tena umedodoka,
   Lenu ni kusema ndio tukajua pa kufika,
   Au mtwambie sio kwa ala na kwa mipaka,
   Ndumakuwili si mwema hujidhuru nafsiye.

Mtu alishindwa kufahamu jinsi ukinzania ulivyotazamia kusikilizwa na watu wema na wenye akili katika kudunisha ndoa, wajibu wa ushirika na fadhili; na katika kutukuza ujane, jambo la upweke na takilifu! Kuwa na mwanamume tu, hata kama kulihifadhi udhaifu wa mwanamke na kumkidhia furaha na haja mbalimbali katika maisha; au kuwa na mwanamke tu, hata kama kulileta msaada, faraja na matumaini kwa mwanamume, ilikuwa si adili kwa wanadamu. Mwanadamu alikuwa si mnyama mchache wa wajibu na daraka, alikuwa kiumbe wa heshima na dhima ambaye alistahili ushirika wa adili katika ndoa. Ilikuwa nini kama si ujinga mtupu kutupilia mbali rnadaraka na wajibu wetu, ilikuwa nini kama si ukosefu wa akili kujisawazisha sisi wenyewe na wanyama, ilikuwa nini kama si aibu kubwa kuacha heshirna iliyopambanua ubora wetu katika viumbe?

Na tutazame sasa shairi la Sheikh K. Amri Abedi lilivyonena wakati alipojiunga katika upande wa utetezi. Sheikh Abedi alikuwa mwanachuoni wa fasaha kubwa na kina kirefu cha elimu. Alikuwa mmoja wa wazoefu wa kufutu hoja mbalimbali katika Afrika Mashariki.

Msimbe na Ibilisi

1. Bisimila Rahmani, Rahima mwenye nemsi,
   Kuna zogo uwanjani, imenijia tetesi,
   Manu wako msambweni, umeshitadi utesi;
   Msimbe na ibilisi takosaje kudarana?

2. Ndoa ni kitu faradhi, hakindi ila mweresi,
   Humtia mtu hadhi, ingawa mla adesi,
   Akaipata hifadhi kubwa kwa bei rahisi;
   Msimbe na ibilisi takosaje kudarana?

3. Endapo mtu haoi kwa ufuke na mkosi,
   Ni kama aliye hoi, njaa kumghasighasi,
   So hoja na haikoi ulaji kuunakisi,
   Msimbe na ibilisi takosaje kudarana?

4. Na kama hapati kula walavyo watu wakwasi,
   Kula budi atakula walavyo wenye hurusi,
   Twaridhika na baghala, tuwakosapo farasi;
   Msimbe na ibilisi takosaje kudarana?

5. Japo chuta similiki hata rehe ya fulusi,
   Sitakuwa laizeki wa kukosa biarusi,
   Nitamsaka laiki asiyetaka furusi;
   Msimbe na ibilisi takosaje kudarana?

6. Muradi nipige chuo, niepuke ukasisi,
   Niepuke midukuo, niepuke unajisi,
   Niepuke masumbuo, niepuke ubilisi;
   Msimbe na ibilisi takosaje kudarana?

7   Akasema mwenye jina, ye kiranja wa marasi,
    Kuoa ni yangu suna, msimbe hanifuasi,
    Ruhubani changu hana, asije kunidadisi;
    Msimbe na ibilisi takosaje kudarana?

8   Ai! Yalal ajabu kwa vigambo vya utusi,
    Huwaje kutaghadhabu na kukamia risasi?
    Waambiwa la thawabu, huna jibu ila vyasi!
    Msimbe na ibilisi takosaje kudarana?

9   Mwenye haki hana haja ya bomu kuliandisi,
    Bali mghumiwa hoja hufyoa mithili fusi,
    Na mwisho wake natija kujiinamia rasi;
    Msimbe na ibilisi takosaje kudarana?

10 Iwawiapo sahili oeni enyi unasi,
    Wanne, watatu, wawili, sawa na yenu nafasi,
    Na kama hutahimili, mmoja awe ni basi;
    Msimbe na ibilisi takosaje kudarana?

11 Ujitatie masombo wa Robert usinesi,
    Cheza walalie yombo na chenga wasizikosi,
    Watoe maji ya rombo, ya rombo lenye kunusi;
    Msimbe na ibilisi takosaje kudarana?

12 Uwapi Mwanambungiro, watachoka njoo kasi,
    Kumeingia uchuro kati ya sisi kwa sisi,
    Tungo zenye ndaro ndaro hukirihisha nafsi,
    Msimbe na ibilisi takosaje kudarana?

13 Toka tena Mwanaidi kwa shada la marigisi,
    Na kwa shada la waridi lenye sifa ya ususi,
    Ni pambo lenye widadi, mwenye nalo hendi yosi;
    Msimbe na ibilisi takosaje kudarana?

14 Nawe ndugu mvishindo pata kwanza abinusi,
   Fimbo nzuri ya upendo ing'arayo kwa weusi,
   Utokeze kwa marado, kwa kujinata libasi;
   Msibe na ibilisi takosaje kudarana?

15 Ujane bila kuoa, ziwapi zake nususi?
   Nayo lazima ya ndoa kama jozi ya toasi,
   Matowashi twawatoa, kwani hao hawahisi;
   Msimbe na ibilisi takosaje kudarana?

Kwa kweli, ubishi juu ya ndoa ulikuwa si juu ya mtu kwa mtu. Ulikuwa juu ya utu na kanuni zake. Mtu alizaliwa, aliishi, alikufa. Utu ulikuwa jambo la aushi lililohusu wanadamu wote, na kanuni ilikuwa tabia ya milele, haikufa, haifi wala haitakufa. Kadiri ukinzani ulivyoweza kukusanya nguvu juu ya utetezi ulikuwa katika kosa. Acha kwa hoja hafifu na maneno mabaya, hata kwa hoja teule na maneno bora katika lugha, kosa halikupambika. Kosa halikuwa na nguvu wala uwezo mbele ya kweli. Lilikuwa dhaifu na chafu siku zote. Bila ya kanuni maisha yalikuwa fujo na ghasia. Katika fujo na ghasia mtu hakuishi vema.

Nilimwunga mkono sasa msaidizi wangu wa mwisho kwa kusema hivi:

1 Sheikh Amri Abedi, asante sana mgosi,
  Kushikwa we na madadi, nilijua haikosi,
  Na mimi najitahidi kukuombea Kudusi;
  Msimbe na ibilisi takosaje kudarana?

2 Tukipangana wawili; Kaskazi hata Kusi,
  Zije kwa Dhoruba kali ili kutupinga sisi,
  Twaweza kuzikabili pasipo na wasiwasi;
  Msimbe na ibilisi takosaje kudarana?

3   Na ivume Magharibi umande wa kivumbasi,
      Mashariki iwe tobi kwa tofani na weusi,
      Wote watalia, `Habi!' toba yao mabilisi;
      Msimbe na ibilisi takosaje kudarana?

4   Siachi wanielewa, sitoki penye utesi,
      Na hawa ninawajua watainika vikosi,
      Haiwi haitakuwa, simba kukimbia fisi;
      Msimbe na ibilisi takosaje kudarana?

5   Kuwanakisi siachi, wanukusike nemsi,
      Nemsi zao sizichi kaa wasio na rasi,
      Viburi hawavifichi wapotovu wa kukisi;
      Msimbe na ibilisi takosaje kudarana?

Watu katika ukinzani katika Tanganyika hawakuwazidi kwa wingi watu waliokuwa katika utetezi mara nyingi tu, lakini hata baadhi ya watu wa Unguja na Pemba walikuwa wenzi wa wakinzani. Mabwana Adam Moses Lewis na Suleman Salim walinishtaki kwa mkuu wa Idhara ya Tanganyika Juu ya neno ambalo walishindwa kulithubutisha nilipowahoji. Bwana All Khamisi aliyewaandama nilipomsaili alijibu:

> Barua yako tukufu ya Septemba 1958 nimeipata. Nasikitika sana kwa uharibifu uliotokea. Sikukusudia hivyo, (akini fahamu kuwa mimi ni mmoja wa wanafunzi. Uwe radhi na wingi wa samahani.

Sheikh Abedi aliandika mara ya pili sasa ili kuhakikisha ushindi wa utetezi juu ya ukinzani kama hivi.

Ndoa Aridhi Mlinzi

1. Ndoa pasipo wazazi kuridhi haiafiki,
   Si ndoa ni upuuzi, katu hatuisadiki;
   Na binti naye hawezi kuposwa kama hataki,
   Ndoa aridhi mlinzi; ndoa aridhie binti.

2. Jambo hali si tatizi, sheriani limesaki,
   Taratibu panda ngazi, utafika usichoki;
   Elimu kitu nyerezi kwa nguvu hainasiki,
   Ndoa aridhi mlinzi; ndoa aridhie binti.

3. Na sasa jambo liwazi, mwakiri ndoa ni haki,
   Na ujane mwabarizi ni jambo halitakiki;
   Kawashendeni mwawaza, Shaabani kwa tahakiki,
   Ndoa aridhi mlinzi; ndoa aridhie binti.

4. Hodari kwa kiumbizi, kwa hoja hakamatiki,
   Kwa utungo ni mjuzi, fasihi na hatindiki;
   Kwa lafidhi hatatizi, hakopi na hudiriki,
   Ndoa aridhi mlinzi; ndoa aridhie binti.

5. Kushindwa hamkuwezi, nako hakuepukiki,
   Amekuvikeni ngozi na kilemba cha kaniki;
   Mkome na uchokozi, mkitaka msitaki,
   Ndoa aridhi mlinzi; ndoa aridhie binti.

6. Ninyi hasa wachokozi japo hamuambiliki,
   Ila Shaaban maizi, mtu hapurukushiki;
   Ghafula kujenga zizi, kawatia hamtoki,
   Ndoa aridhi mlinzi; ndoa aridhie binti.

7   Sasa mkatika zizi, mwafungwa hamtoroki,
Mwaimba mithili kozi, kunasisha marafiki;
Ndipo awafanye kazi, mtamani kihiliki,
Ndoa aridhi mlinzi; ndoa aridhie binti.

8   Mmenaswa jozi jozi, mtanaswa laki laki,
Mliliane machozi na kuwekeana chuki;
Mpende kuwa walozi, na Shaaban harogeki,
Ndoa aridhi mlinzi; ndoa aridhie binti.

9   Neno jema haliozi, halifi halikauki,
Kulipinza utahizi, uvie kimo na maki;
Udumae uwe bozi, watu wasikushtuki,
Ndoa aridhi mlinzi; ndoa aridhie binti.

Lahaula! Hata watu waliokuwa hawajui kitu walithubutu kunitaka shari na kutafuta anguko langu kwa mashtaka. Kama jambo kama hili nisingalitendewa mimi mwenyewe, ningalisita sana kuamini kwamba ilikuwa kweli. Ningalidhani kwamba lilikuwa moja katika mambo yaliyotokea katika ngano na hadithi tu.

Kitu gani kilichoumua ukinzani huu? Ujinga, wivu au husuda? Kama ilikuwa ujinga mtu lazima aseme kuwa ujinga ni hatari, kama ilikuwa wivu mtu hana budi kusadiki kuwa wivu ni kichaa, kama ilikuwa husuda mtu humpasa kukubali kuwa husuda ni giza. Haya yote yalikuwa umaskini uliokuwa katika moyo dhaifu wa mwanadamu.

Mume ni mume ingawa gumegume ana sifa ya mtume;
Na mke ni mke ingawa kikwekwe ana manufaa yake.

KUSTAAFU

KAZI yangu katika serikali ilibarikiwa na mahamisho mengi, lakini maendeleo yalikuwa machache. Nilihamishwa idara baada ya idara, nikawa mshauri katika halmashauri baada ya halmashauri katika cheo cha ukarani tu. Yamkini, maendeleo yangu yalipotea kwa kuhesabiwa kuwa mshairi; yamkini, nilishindwa kuingia katika mapendeleo ya wakuu waliokuwa juu yangu.

Iliponilazimu kuacha kazi katika mwaka wa 1959 rafiki yangu mmoja mwema alinikumbuka akanitunukia kalamu ya maagano. Alikuwa Mzungu. Halmashauri zilinisahau nikabakiwa na kalamu niliyotunukiwa na ushairi wangu. Ukumbusho gani mzuri, heshima gani kubwa, nishani gani tukufu ilikuwa bora kwangu kuliko ushairi na kalamu ya kuuandikia! Mbinu hufuata mwendo. Mwendo niliopenda kabisa katika maishasha ulikuwa huu.

Namshukuru

1. Namshukuru Illahi, Mwenyezi mkamilifu,
   Kwa kuishi nikawahi, kazini kustaafu,
   Bado ningali sahihi, imara na mkunjufu,
   Alhamdulillahi namshukuru Latifu.

2. Ulimwengu wa rakadha, umejaa hitilafu,
   Sikuweza mambo kadha: karibu mambo elfu,
   Kanipa hii karadha, Bwana Mungu namsifu,
   Alhamdulillahi namshukuru Latifu.

3. Hili sikutazamia, kwamba litanisadifu,
   Bahati imenijia, kwa kupenda Mtukufu,
   Mfano kama ruia, Mungu hana upungufu,
   Alhamdulillahi namshukuru Latifu

4. Mola neemaze nyingi, tabaka na maradufu,
   Kuliko wingi wa rangi, namnaze badilifu,
   Mashaka hayamsongi, kundi huligawa safu,
   Alhhamdulillahi namshukuru Latifu.

5. Kazi za kuajiriwa, zina nyingi takilifu,
   Hazishi kusimbuliwa, mtu hana ashrafu;
   Endapo kughilibiwa, tajiri hukukashifu,
   Alhamdulillahi namshukuru Latifu.

6. Thelathini na mitatu, miaka ya usumbufu,
   Nimekula mtukufu, machungu ya kunikifu,
   Mazito maisha yetu, machache ya ushaufu,
   Alhamdulillahi namshukuru Latifu.

7   Nusura kushika zani, roho nikaikalifu,
    Nikarudi mawazoni, kufuta moyo uchafu,
    Dunia ni kitu duni, ila kwa aliye dufu,
    Alhamdulillahi namshukuru Latifu.

8   Karibu kutumbukia, dunia ponde la hofu,
    Wenye kupoteza njia, si lazima kuwa pofu,
    Mazingo huwazingia, hata watu adilifu,
    Alhamdulillahi namshukuru Latifu.

9   Namshukuru Mwenyezi, himaya zake sufufu,
    Hifadhi zake mapinzi, hupambaja uokofu;
    Mzawa kufa kwa tanzi, baharini hawi mfu,
    Alhamdulillahi namshukuru Latifu.

10 Namshukuru Manani, mwenye uwezo arifu,
    Hafi maji baharini, mzawa kufa kwa sefu,
    Mambo yake yana fani, kila akiyasarifu,
    Alhadulillahi namshukuru Latifu.

11 La majazi hupungua, ladha ikawa kakafu,
    Patupu huweza jaa, na bora huwa dhaifu,
    Bahari inabamvua, na pengine maji mafu,
    Alhamdulillahi namshukuru Latifu.

12 Pambo letu la dunia, kifupi kuwa kirefu,
    Usiku humeza jua, kibaya huwa nadhifu,
    Tunacheza kama pia, ndani ya mabadilifu,
    Alhamduliliahi namshukuru Latifu.

Miezi michache baada ya kustaafu nililetewa madai ya nauli iliyotumika kwa idhini ya Mudir wa Idara katika safari wakati wa likizo langu. Sheria fulani iliruhusu gharama hiyo, kwa kipengee fulani sheria hiyo hiyo ilizuia matumizi ya gharama hiyo ila kwa mtu aliyerudi kazini na aliyekwenda kwao. Sikurudi kazini. Kwa hivi, mapendeleo yote niliyastahili yalipotezwa na kustaafu kama kwamba ilikuwa kosa, na ziara yangu ya hapa katika Tanganyika ilikuwa si kwetu kama kwamba nilikwenda Uingereza au Bara Hindi!

MSUSO

AFRIKA Mashariki, kama si ulimwengu wote, ilikuwa katika mageuzo makubwa kwa siasa. Tarehe mpya ilikuwa inapambazuka mbele ya upeo wa macho ya watu wote. Ngurumo ya madai ya haki za binadamu zilitingisha mioyo ya watu wa kila namna; na ukelele wa uhuru ulikuwa katika kila pembe ya nchi: Uganda, Kenya, Zanzibar, Tanganyika na kila pahali katika Afrika.

Hali hii ilikuwa katika kila mahamia ya serikali ngeni katika ulimwengu. Viongozi na wafuasi walikuwa imara namna moja. Tawala na serikali za kigeni katika mahamia mbalimbali zilikuwa zinajikunja, lakini polepole, katika kome zake kama koa ili kutoa nafasi ya kutosha ya maendeleo kwa wenyeji, isipokuwa serikali ya Afrika Kusini.

Katika Afrika Kusini, haki za wananchi zilikuwa si kitu ambacho kilijulikana kikajaliwa. Usawa ulikuwa ndoto iliyokuwa haina maana, na uhuru wao haukuwa na nafasi hata ya unywele. Masikio yalizibwa makusudi yasisikie, na macho yalifumbwa ili yasione wajibu wa haki yoyote ya mwananchi. Mtu yeyote aliyekuwa si mweupe katika Afrika Kusini hakuwa na ustahili, thamani wala heshima ya uanadamu. Aliweza kutendewa ukatili wowote ambao haukuwezekana kujaribiwa hata kwa mnyama wa porini bila ya lawama katika nchi nyingine za ulimwengu.

Ukatili uliotendwa kwa wenyeji huko ulikuwa hauvumiliki. Uliyeyusha huruma katika gogo na jiwe na chuma kigumu. Ulikamua kite hata katika kitu chochote kilichokuwa kikavu, ukaliza machozi wanaume na wanawake. Moyo yabisi ulilegea na uliokuwa baridi ulikuwa moto; moyo wa pua uliyeyuka na uliokuwa moto ulizizima kwa huzuni. Watu katika nchi zote, na katika mataifa yote ya ulimwengu, walikuwa katika wasiwasi na masikitiko makubwa.

Wajibu wa watu katika maisha ni kuwiana hisani, usawa, adabu, heshima na mapenzi. Kwa kiungo hiki cha johari ya kuwiana watu mbalimbali waliweza kupatana na kuungana katika urafiki bora. Katika Afrika Kusini wajibu huu ulimezwa na ubaguzi wa kutisha. Watu waliwiana chuki, kisasi na makamio. Pumzi ya kila mmoja ilijaa hofu, kutoridhika na manung'uniko, sumu juu ya sumu.

Maisha ya ubaguzi, chuki, mashtaka, dhuluma, mahamisho na uuaji yalizunguka yakanyemelea maisha ya watu waliokuwa hawana himaya, utetezi wala kimbilio katika sheria za nchi. Kwa hali hii mioyo ya watazamaji katika dunia ilibadilika. Katika mwaka wa 1960 Serikali ya Tanganyika ilitangaza msuso juu ya biashara na bidhaa zote za Afrika Kusini, mpaka tabia yake itapokuwa imebadilika kuwa njema na ya amani kwa watu wa rangi zote.

Tanganyika ilijua ilikuwa inafanya nini kwa tendo hili. Lilikuwa si tendo jepesi bali lililazimu kutendwa. Ilielewa kuwa Serikali ya Afrika Kusini lazima itasimamisha ukaidi wa nguvu na wa ushupavu ili kusetiri nyuso za viongozi wake. Ilifahamu kwamba hasara nyingi na kubwa zilipasa kuvumiliwa. Ilitambua pia kuwa siku za shaka, miezi ya shida, na miaka kadha wa kadha ya matata ilikuwa mbele yake. Ilikuwa inajitolea sadaka katika jambo muhimu la kuondoa aibu ya ubaguzi iliyosaliti wanadamu katika chuki, na iliyowapokonya mapenzi na amani yao.

Msuso huu ulikamata watu wa biashara kati ya Tanganyika na Afrika Kusini kwa nguvu katika wavu wake. Mali na faida zao zilikuwa katika hatari. Mimi sikuwa na biashara ya maana; nilikuwa na haki na faida fulani kidogo zilizonistahili na zilizonihusu kwa kazi yangu moja iliyopigishwa chapa na Madarasa Kuu ya Witwatersrand katika dhoruba hii ya siasa. Mtu hawezi kuhisi vema hasara za kuvunjikiwa au kuharibikiwa katika bahari iliyoumka kwa dhoruba kama hana chombo, mali au mtu wake baharini.

Walakini, ikiwa chango ndogo kama ilivyokuwa yangu mimi ya sadaka, ilisaidia kupatikana kwa ufanifu wa uhuru na amani kwa watu katika Afrika Kusini, hasara hii ilikuwa si kubwa ilinganishwapo na furaha ya ushindi uliotazamiwa kuja kwa watu mwisho; ushindi uliokuwa si wa mweupe, mwekundu wala mweusi, lakini uliokuwa wa wote; na fahari ya kila taifa katika dunia. Nilikuwa ninasaidia kununua au kukomboa utukufu wa mwanadamu kwa chango ndogo sana ya sadaka.

UPIGISHAJI CHAPA

MWANA mtenda kulala na njaa kupenda. Ghairi ya onyo lo lote niliweza kuona mwenyewe kuwa upigishaji chapa ulikuwa kazi ngumu. Ilitaka rasilmali, ilitaradhia itibari, ilihitaji ujasiri. Nilikuwa na ujasiri mkubwa sana kuliko nilivyokuwa na fedha na itibari. Walakini, ingawaje hivi nilikuwa mwana mtenda katika wajibu wa ujasiri wa kutafuta riziki hata katika hatari ya kushindwa. Nilistaafu na akiba iliyokuwa haitoshi kwa maisha yangu yaliyobakia. Kwa kuridhisha haja zangu za maisha, ilinipasa kufanya kazi nyingine.

Nusu ya usitawi wetu ulikuja kwa sadaka ya kazi, miliki na maisha yetu wenyewe. Kwa hivi, nilichukua nusu ya konzi ya fedha iliyokuwa kati yangu na njaa, au hasa, iliyokuwa kati ya ahali yangu yote na njaa nikaitumbukiza katika bahari ya upigishaji chapa. Baadhi ya watu husema kuwa sadaka namna hii ilikuwa ghali mno. Ilikuwa ghali mno kungojea pesa ya mwisho kumalizika, au kuwahi kufanya maandao yao wa wakati ujao?

Kurasa zilizotangulia zimeashiri katika pahali fulani kuwa makala yangu ya awali ilikataliwa na wapiga chapa baada ya mapatano na malipo yao. Tendo hili lisingalikuwa ajabu kama lilitendwa na wapiga chapa katika nchi ngeni. Lilitendwa na wapiga chapa katika nchi ya Tanganyika wakati ilipokuwa katika shida ya kazi na mali, katika uchache wa vyuo na vitabu, katika njaa ya masomo na ustaarabu, na katika kiu ya maendeleo na elimu!

Mtu hawezi kuhesabiwa kuwa jeuri au mtovu wa adabu, fedhuli au harabu akiuliza kuwa kiwanda cha chapa cha Tanganyika kilikuwa na ari gani ya kukataa wajibu wa kusitawisha Tanganyika yenyewe. Ilikuwa si ajaizi kwa mtu awaye yote wa ari ya kiungwana kukataa kazi ya maendeleo ya nchi yake kama alilipwa ilivyopasa.

Mkuu wa kiwanda cha chapa cha pili nilipokutana naye alibubujika chemchemi ya udhuru, mto wa vipengee na furiko la matisho. Aliniuliza kama nilijua Halmashauri ya Vitabu ya Afrika Mashariki, na kwa nini sikupeleka makala zangu huko; kama nilifahamu kuwa upigishaji chapa ulihitaji gharama; kama nilielewa kuwa ilikuwa kazi ya hatari na hasara?

Bubujiko lake zuri halikukoma mpaka pumzi ilipompaa. Haikosi, alikuwa mtu aliyezoea kunena katika wadhifa wa uhatibu, au uanasheria au Majilis Tashrii. Hakuponyokwa na neno hata moja lililoonyesha kuwa iliweza kuwa kazi ya faida na manufaa katika nchi vile vile. Karibu angalitangua kabisa dhamiri ya jaribu langu kama nilikuwa si mtu wa mazoea ya uthabiti na kujitegemea.

Katika kiwanda cha chapa cha tatu katika Tanganyika nilipokewa, lakini konzi yote ya fedha niliyokuwa nayo ilitakiwa. Sikuthubutu kuiza kulipa ilivyotakiwa kwa kuchelea kwamba isijekuwa wapiga chapa wote katika nchi walikata shauri katika njama la kukataa kupokea kazi zangu. Kwa msaada wa rafiki yangu Maungu, kiwanda cha chapa kingine katika Kenya kilinifungulia mlango kikakubali kuchukua kazi yangu ya pili sasa. Dhiki ya upigishaji chapa iliniepuka. Taabu ya fedha na mwamana ilikuwa bado inanibana sana.

Katika Julai 1960 duka langu lilifunguliwa. Bidhaa zake zilikuwa chache, yaani, nakala za kitabu kilichopigwa chapa Tanganyika, na baadaye kidogo, nakala za kitabu kilichopigwa chapa Kenya zilipatikana dukani. Biashara ilisinzia, lakini haikuzimika. Watu waliokuwa hawajui kusoma walikuwa wengi; na wachache waliojua kusoma walikuwa hawana desturi ya kudurusi wala kutalii baada ya kutoka chuoni. Walikuwa katika tarehe ya ujinga wa kujua kuwa mazoea ya kusoma yalikamilisha utu wetu katika dunia. Hawakuwa na fahamu kwamba katika vitabu ndimo ghala za utamaduni na elimu zilimopatikana.

Jambo moja lilitokea kuwa muhimu na kupendeza sana kwangu. Watu hawa hawa waliojikokota katika kununua na kusoma walishukuru walipopewa bure vitabu. Shukrani yao ilitosha kunifurahisha kwa kuona kuwa nilikuwa na namna fulani ya chango ya kufaa kutoa kwa watu iliyotokana na uwezo niliopata kwa Mungu. Naishiliza sura hii kama nilivyoianza kuwa mwana mtenda kulala na njaa kupenda.

MATUKIO

MAISHA yangu yalitokea kuwa katika tarehe ya matukio mengi makuu ya historia ya ulimwengu, ingawa mimi mwenyewe sikujipambanua na tukio hata moja muhimu. Kurasa zilizotangulia zimekusanya pamoja mambo madogo yaliyonitokea mimi mwenyewe tu. Kwa kuwa matukio hayo yalikuwa hasa katika wakati wangu, naona haitakuwa sivyo nikijichovya kidogo ndani yake na kujaribu kuyakumbuka, kuyaokota na kuyapanga vema katika orodha ya kusomeka katika sura hii.

Uzazi wangu ulikuwa katika 1909. Wakati huo nchi ya Tanganyika ilikuwa mahamia ya jerumani katika ufalme wa Kaisari William wa II. Nilikuwa katika utoto bado, mahamia hii ilipoingia katika mikono ya Kiingereza. Hili lilikuwa baada ya Vita Kuu ya I, iliyokuwa katika 1914 hata 1918 katika dola ya Mfalme George wa V.

Kwa ajabu kubwa Ujerumani ilifufuka katika pigo zito ikawa taifa tena chini ya uongozi wa Serikali ya imla ya Hitler, na katika 1939 Tanganyika, pamoja na nchi nyingine za ulimwengu, ilikuwa katika Vita Kuu ya II, wakati wa Mfalme George wa VI. Katika wakati huu nilikuwa mtu mzima na hamsini zangu katika maisha, nikawahi hata kuandika utenzi juu ya vita hii vote. Ushindi wa vita yenyewe ulikuwa juu ya Jerumani mara ya pili.

Walakini, wakati uliofuata ushindi huu ulikuwa wa shwari sana. Ulikuwa na amani iliyoandamwa nyuma na tofani kubwa la siasa. Tuhuma, bughudha na rnanung'uniko yalienea karibu katika kila pahali katika dunia. Mioyo ya watu ilisongwa mno na mtibuko wa kutoridhika, chuki, ubaguzi na uchungu. Hewa yote ya ulimwengu ilinguruma kwa radi ya madai ya haki na kuhidi. Kadiri ulivyoweza kuwa mwema au adili; mpole au maridhia, utawala wa kigeni ulionekana kuwa haukutosha kwa ajili ya maendeleo na usitawi wa wenyeji katika nchi.

Kumbwewe ilivyochaguliwa kusukuma madai yalikotakiwa kufika ilikuwa neno la silabi tatu: u-hu-ru. Neno hili la desturi kwa watu lilikuwa na nguvu kama neno maalum takatifu lililoishi milele; neno hili fupi katika lugha lilikuwa na mwongozo mkubwa na imara katika roho, kwa watu, makabila, mataifa, nchi na ulimwengu wenyewe. Kila lilipotajwa liliambukiza raia na serikali, kila liliponong'onwa lilivuta umoja na vyama, kila lilipotamkwa lilikutanisha mikutano na halmashauri, na kila lilipojadiliwa lilishawishi mahakama na sheria kwa ufanifu bora. Lilikuwa neno la nguvu ya ajabu katika siasa ya karne hii. Lilikuwa pumzi na maisha ya siasa yenyewe.

Sheria kadha wa kadha zilitungwa, sheria kadha wa kadha zilitanguka; mapatano mbalimbali yalifikiwa, mapatano mbalimbali yalibatilika; mikataba mingi ilitiwa muhuri wa ikibali, mikataba mingi ilifutwa kwa dhoruba moja; ahadi baada ya ahadi ziliwekwa, ahadi baada ya ahadi zilivunjika. Neno lililoshikiliwa na watu lilikuwa moja tu uhuru. Uhuru katika nuru ya mchana na katika giza la usiku. Uhuru katika wakati wote, na katika mazungumzo yote ya watu.

Nani alikuwa wa kulaumiwa kwa uzushi huu? Viongozi hawakuweza kulaumiwa kwa sababu wafuasi waliwakubali kwa hiari. Ulikuwa uzushi wa uongo na fitina? Ulikuwa si uzushi wa uongo wala fitina. Dunia ilikuwa haijaona bado ufuasi imara na wa hiari kama huu zamani. Umoja huu mkubwa wa viongozi na wafuasi uliweza kutingisha, kama ulivyopenda, jabali lolote lililokuwa mbele yake kwa madai yake ya kistaarabu ya haki za wanadamu.

Tanganyika ilikuwa katika enzi ya Malkia Elizabeth sasa. Madai yake yalikuwa sawa na mataradhio ya mahamia nyingine zilizokuwa chini ya utawala wa Kiingereza; na kama mahamia hizo haikufanya ajizi ya kuweka mataradhio yake ya halali katika njia njema. Katika Septemba 1960 madai ya Tanu yalikubaliwa kwa ushindi mkubwa wa viti katika Makilis Tashrii ikapata Serikali ya Madaraka.

Furaha ya tukio hili ilikwenda ndani ya keto za mioyo ya wenyeji waliozuka katika uhuru baada ya kutawaliwa na serikali mbalimbali ngeni kwa kupokezana utawala kama kwamba ilikuwa haki ya urithi wa asili yao kwa muda uliokuwa karibu karne nzima; na Uingereza ambayo ilikuwa kimbilio la salama la kanuni na uhuru, ingawaje ililaumiwa mara kwa mara pengine, ilishiriki katika heshima na fahari ya mwongozo, ujenzi na malezi ya nchi na watu wake katika usitawi huu wa kuajabiwa katika historia ya ulimwengu. Waziri Mkuu wa kwanza katika Tanganyika alikuwa Mheshimiwa Julius K. Nyerere.

Baadhi moja ya watu ilikuwa na yakini kuwa mabadiliko haya yalihimizwa kuja na mgawo mbaya wa mapato, faida, mapendeleo na madaraka kati ya watu katika nchi. Baadhi ya pili ilikuwa na hakika ya mabadiliko yenyewe kutokea, kwa hali iwayo yote, kwa sababu ilikuwa tarehe ya majilio ya mabadiliko katika ulimwengu wote. Tutazama kila hizi. Kila ni kweli zaidi ya moja juu ya kitu au jambo.

Kama kila ya kwanza ndiyo iliyokuwa na nguvu, basi ni dhahiri kwamba matumizi mabaya yaliita yakakaribisha mabadiliko ya ghafula na haraka kusahihisha makosa na kufariji misiba. Kama kila ya pili ndiyo iliyokuwa muhimu, hapana shaka, kwamba majilio ya mabadiliko haya yalikuwa katika utaratibu na mwendo uliojulikana na uliotazamiwa na ulioongozwa na sheria kutokea kwa amani siku moja.

KIELELEZO CHA MSAMIATI KIABJADI

abadan	amwe, hata chembe
adesi	aina ya dengu ndogo nyekundu
adha	udhia, jambo la karaha au maudhi
ahali	ndugu, jamaa
ajihi	onana ana kwa ana alinipa mlahaka
mwema	alinipokea vizuri
andika kwa mjazo	kuandika kusikokuwa mashairi, sura hii imeandikwa kwa mjazo
angika	tundika, weka juu
asaa itakufaa	huenda itakufaa (wakati wa dhiki)
ashrafu	mbora, adhimu, mtukufu
atakaye shata na uto wa faida	atakaye vyote, tangu machicha hata tui lenyewe.
athama	ufisadi, ufasiki
aula	bora, wajibu
baadhi mnadhukura	wengine wenu mnafikiri
baba na mama wataka taadhima	wanastahili kufanyiwa fahari kubwa, na kuheshimiwa sana

baghala	nyumbu
bahari iliyoumka	bahari iliyochafuka kwa mawimbi makali na dhoruba
batili	kitu kisichofa.i, haramu
buraha	ridhaa, amani
burahia	ridhia
chaza	aina ya konokono wadogo wa pwami.
chukuliwa kibubusa	bila kutambua wapi unapelekwa kuchukuliwa kama kipofu
chuta	lofa, mtu hohehahe
desturi ya kudurusi	tabia ya kusoma tena kwa mara nyingine
dhalili	duni, chache au kidogo
dhalilisha	dunisha, toa thamani
dudumika	choma kwa nguvu
fadhila/fadhili	hisani, wema, malipo
fanya tashititi	tia chonjo, chochea
fanya zohali	kujitia uvivu hatimaye kuacha kulitenda jambo
fanyia hasama	wekea uadui, chuki kuu
farakana	achana, kukosana, tengana
fawaishi	fahari, makuu
fedhuli	jeuri, kiburi
fuma	choma kama mshale
fususi	mzo, nyingi na ya aina mbalimbali
ghaidhi	hasira, ghadhabu, uchungu wa moyo
ghibu	kwa fahamu, kwa moyo

ghiliba	udanganyifu, ulaghai
ghilibu	danganya
ghururi	shughuli za udanganyifu ajitiazo mtu kuwa nazo
gumegume	jitu la ovyo ovyo
habi!	hamadi!
hadaa	uongo, udanganyifu
halambe halambe	mvutano
halambe	neno la kuwapa nguvu wavutaji wa kitu kizito.
halasa	timamu, timilifu
harabu	haribifu, chafuzi
hasama	chuki, uadui
hasha lilah	sio kamwe; hata kidogo; sivyo kabisa
hasha	sio, la
hasimu	chukia, kasirikia na kuwekeakinyongo
hasiri	dhuru, patia mateso
hata mbingu humshufu	hata mbingu humpamba wema na urafiki kwa wema na usahibu
hatibu	mtu atoaye hutuba hasa msikitini
hazin	mtunza hazina, mweka fedha
heba	penzi
himidi	tegemeo, nguzo
himili	stahmili, vumilia
hirimu	marika, makamo
hisi	dhana, ono, tambuo

huamwa	hunyonywa, kama wafanyavyo watoto wachanga
huba	pendo
hulu	acha, koma
huri/huria	kuwa huru
ijara/ujira	lipo, mshahara
ikibali/kibali	balifu, idhini
inabatilisha sudi	inaondoa baraka
itihari	uaminifu
izara	kashifa
jaha	sudi, baraka, neema
jakamoyo	jambo lichomalo sana moyo
jalidi	shambulia, subu kwa maneno makali
jamali/jamili	uzuri wa sura, uso wa kuvutia
jambo lilibatilishwa	jambo lililokatazwa au zuiliwa lisifanywe.
jambo takilifu	gumu na lenye uzito mwingi
janga	balaa, ugomvi
janibu	kitongoji, kijiji
jaza	zawadi, tunza, hidaya
jaziba	mori, madadi, mchemko wa moyo ili kuingia katika ngoma, au makumbano
jitimai	huzuni, majonzi
kabidhi wasii	aliyekabidhiwa wasia wa marehemu
kabuli/kubuli	baraka, neema
kadha	fidia ya deni wajibu; sala ya faradhi ni lazima ifanyiwe kadha

ka fara	dawa, kago, uganga
kago	dawa
kakafu	ukavukavu wa kitu kibichi ufanyao meno kukauka na na kushindwa kutafuna
kani	ubishi, ung'ang'anizi
karadha	deni
katika kupima na kuhidi	kupima na kuweka wazi
kidhi	lipa deni la wajibu
kifunguamimba	mtoto wa kwanza
kikuba	ua livaliwalo shingoni, hutungwa kwa ufundi sana halafu huvaliwa shingoni
kikwekwe	kilichokondeana, kijitu kidogo dogo
kinza	pinga
kipini	kipambo cha puani cha wanawake; kipini huvaliwa juu ya pua, kishaufu huvaliwa kwenye uti ulio kati ya tundu mbili za pua
kipuli	kipambo cha masikioni cha wanawake, herini
Kirama	malaika aandikaye thawabu na dhambi za wanadamu
kitakilifu	madhila, maudhi ambayo yabidi kuvumiliwa kwa shingo upande
kitindamimba	mtoto wa mwisho
kiuye/kiu yake	haja ya maji
kome	kombe zilizojifunga
kozi	aina ya ndege
kuania/kuwania	fanya bidii ili kupata kitu
kubeli	muungwana, mtu mwenye sifa bora

kubibirisbana	kuziniana ovyo bila ndoa
kudarana	kushirikiana, kuwa katika shauri moja
kudhibiti	hifadhi barabara, fahamu vema
ku-dhiki	kutia mateso
kudoda	kupooza, kukosa ladha
kudunisha	fanya si kitu, toa thamani
kudurusi	kusoma mara kwa mara
ku fyoa	nywea, fuwaa
kughumiwa	kutiwa maanani, kujaliwa
kuhibu	kupenda
kuhiliki	kuangamia, kuteketea
kashizi	kufedhehi, tia aibu
kuishi kwa raha na buraha	kuishi kwa raha tele na kuridhiana
kuiza	kukataa
kujamili	kupenda, ona zuri
kujibari	kujilinda, epuka kujiganaba : kujisifu, kujitapa
kujikunja katika kome	kujifungua taratihu kama mdudu aliyemo katika kome
kujiona goya	kujiona kuwa na afya na uzima
kujitanibu	kujirenga, kuwa mbali na
kukidhibu	sema uongo
kulabu	mikono ya saa
kulipinza utahizi	kulipinga utajitia aibu, utajitia fedheha
kumbwewe	kamba iliyosokotwa maalum kutupia mawe mashambani wakati wa kuamia ndege

kumhimidi Mungu	kumtegemea Mungu kwa uwezo wake
kumnasibu	kuteua nasaba, tambua wa asili gani.
kunukusika	kuwa na nuksi
kunusi	nuksi, mkosi
kupambaja uokofu	kuambatisha, kutia pamoja uokovu.
kupatwa jaziba	kupandwa mori
kupotoka	kukosa
kurakibu	kutunga, kuandika
kuratibu	kupanga, tia katika taratibu
kusaburi	kusubiri, kungoja.
kusilimisha	tia katika Uisilamu
kustaafu	acha kazi kwa mapumziko baada ya kufikia umri wa kuacha kazi
kusuru	jitahidi kutenda lau kuna ugumu
kususurika	tangatanga
kutaghadhabu	kughadhihisha, pandisha hamaki
kutahiniwa na dakitari	kupimwa na dakitari
kutalii	kujielimisha zaidi
kutaradhia	kuonɪba mashauri
kutawishwa	tiwa ndani ili kulindwa na machafu
kutetesha	kuteteresha, kuvunjisha imani au maafikiano
kututa	kuenda haraka, piga haraka
kuungama	kukubali, kukiri
kuwa katika njama	kula njama, mapatano
kuwiana	kulipana, kufadhiliana
kuzaa bila tohara	bila ya kufunga ndoa; kwa njia isiyo halali

kuzuia kwa jino na ukucha	kuzuia kwa bidii zote
kwa baba zao hutura	kwa baba zao hawatambulikani
kwenda yosi	kimbia kwa huzuni
laiki	astahilie
madahala	mabishano, majadiliano
madhila	mashaka, mateso
madhila	mateso
mahamia	tawala, dola
muhari ghibu	mahari ya kauli inayokubaliwa mbele ya kadhi ingawa haijatolewa.
mahatibu wema	mabingwa wa kusema hadharani
mahluki	viumbe vilivyoumbwa na Mungu
maisha ya fawaishi	maisha ya fahari, kujiona, jiona wewe ndio bora
maji ya rombo	jasho lenye harufu mbaya
Majilis Tashrii	baraza la kutunga sheria
Majilis	baraza
makeke	machachari, visa vya maudhi
maneno ya kiada	maneno yaliyochaguliwa kwa uangalifu kabla ya kusemwa
masharifu	wajukuu wa Mtume Mohamed ni wabora
masilahi	maafikiano, mapatano
masurufu	malipo, ujira
rnataradhio	madai
matilabu/matilaba	manufaa, faida

matowashi	watu ambao majogoo hayapandi mitungi
mbembe	mwongo
mdaku	salata, mdakiadakia maneno au mambo
mfaraka	mtengano
mhimili	nguzo, mwamba
mirathi	mambo ya urithi
mkuku ng'ombe	kwa nguvu kama vile aangushwavyo ng'ombe ili achinjwe
mkukumkuku	bila hiari, kwa nguvu, taka usitake
mlahaka	mapokezi
moyo ukanilemea	ukawa mzito kwa huzuni
moyo ututao sana	udundao haraka haraka
moyo wa pua	moyo mgumu
msalata	mtu mwenye tabia ya kuchocheachochea mambo yawe moto
msambweni	kilingeni, uwanjani
msharifu	mtu bora, mbora
msidhani mahuluti	msifikiri nimechanganya asili, chotara
msimbe	mjane, kapera
msungo	mtu asiyechezwa unyago, asiyefundwa
mtashi	mtakaji, mtu atakaye
mtawa	mtu anayejilinda na machafu
mtibuko	mchafuko, mvurugiko
mtini	mshamba, mgeni wa mambo
mtu aliyestahabu kweli	aliyependelea kweli zaidi ya uongo

mtu dhalili	mnyonge, maskini
mtu mbea	asemaye ya uongo, yasiyotokea
mtu na hamsini zangu	na shughuli zangu, najikamilishia mahitaji yangu
mtumba	furushi, mzigo
muhibu	mpenzi
mui	ovu, baya
muktasi	maalum, mahsusi na bora
Mungu hutia kabuli	Mungu hupokea kwa baraka Nyingi
mwamale	inadi, dharau
mwandani	bibiye, mwali
mzizimo	mchonyoto wa baridi maungoni
nakama	daawa, deni lifanywalo na mtu kama aliyekopesha kumbe ni ahadi tu.
nasaba/nasabu	kabila, ukoo, jadi
nazaa	matusi, maneno ya kiburi
ndani ya keto zamioyo	ndani kabisa ya mioyo
ndege huri	walio huru
nikahi/nikaha	ndoa, ufungaii ndoa
nongo	uchafu
nuksani	uovu, ubaya
nunu	bibiye
nususi	nusura, usalama, uhifadhi
nyaraka	barua
nyumba utaihatibu	utaiharibu, utaivurugavuruga
pambo lenye avidadi	pambo lenye kupendeka
pua	gumu

punda wa dobi	mtumishi au mtumwa
rakadha	haraka haraka, pilika pilika
rombo	shombo
ruia	ndoto
saburi/subira	hali ya kusubiri
sahali	uwepesi wa mambo, urahisi
saliti mtu	gombanisha, fitini watu, hasa waliokuwa wakipatana
sariama	chotara, mahuluti
Serikali ya imla	ya kidikteta
shamba lile yabisi	halina rutuba, limechakaa sana
shata na uto	machicha na tui
shinda	nusu pungufu
si shei	si ajabu
sihi	omba, bembeleza, taka radhi
siku za feli	siku zenye huzuni na makiwa
sikuwa na kago juu ya	kutokuwa na hilawala njia
simbuliwa	susuikwa, simangwa
similiki hata rehe ya fulusi	sina hata senti moja, lofa kabisa
sitakuwa laizeki	sitakuwa mpumbavu
so: sio	(kifupisho chake cha kishairi)
soma ghibu	soma bila kitabu
stahabu	pendelea zaidi ya
stashahada	ushahidi, hati ya kutambulisha sifa au hati ya kitu

sudi	baraka
sukasuka	tikisika
suluhu	amani, patanisho
susuri	uhamisho, tangishwa
taabu hazihasiri	taabu hazimuumizi mtu
taadhima	heshima, fahari
tahiniwa	pewa mtihani
lama	sawasawa, timilifu
tamthili	mithili, kama, mfano wa
tanahahi	zinduka, baini, tambua
tangua	vunja, tenga, farakanisha
tanuka	kanusha, pinga
tarakibu	utungo
tarika	fungu, kundi (genge)
tasbihi	shanga zilizotungwa pamoja kwa ajili ya ibada, rozari
tashniti	chonjo, gombanisha watu
tauni	maradhi yaeneayo haraka na kuteketeza watu
Tawasufi	maandiko ya sifa za mtu au kitu
tete	ovu, baya
theneni	la pili
tia tohara	suna, hasa ya kutahiri
tibua	chafua, vuruga
tobi	jaa tele
logo	hadhi, heshima

tohara	suna, halali
tononoka	pata hali nzuri ya maungo, nona, kunawiri
topea	zidia, tia uzito katika moyo, au maungoni
tuhuma	shaka, wasiwasi
tuhumiwa	dhaniwa, kisiwa, tiliwa shaka
uchuro	kioja
ufasiki	uzinzi, usherati, ufisadi
ufuke	ufukara (kifupisho chake cha kishairi)
ujane umedodoka	umepooza
ujane/ukapera	hali ya kuwa bila mke au mume
ukinzani	upinzani, ushindani
ukiwa	huzuni, unyonge, udhaifu.
Ukuba	nuksi, balaa
ulikamua kite	ulikifanya kitu kutokwa utomvu au maji kwalazima.
ulimwengu wa rakadha	dunia yenye shughuli mbalimbali zinazotaka matimizo ya haraka.
umka	panda juu, kuwa na mchafuko
unakirihi	tia karaha, udhi
upeke ni jambo tule	kukaa peke ni jambo la huzuni
usalata	uchochezi
ushaufu	fahari na ukuu
utasa	hali ya kutozaa, ugumba
utawa	hali ya kujilinda na mambo machafu
wadhifa	hali, daraja
Wahabu	Mola

wajihiana uso kwa uso	kukutana macho kwa macho
walozi	wachawi
wamehinikiza	wameenea, wametapakaa
wamkidhibu wahabu	unamwudhi Mungu kwa kusema uongo
washtiri	wanunuzi, wazabuni kitu
wema hawatahulu	watu wema hawataacha
wenye nuhusi	watu maskini
weweseka	sema kwa taabu kama vile mtu aliye usingizini.
ya dahari hii yetu	ya zama zetu, ya siku zetu
yabisi	kavu, isiyo na chembe ya unyevu
ziaka	ala ya mshale
zinza	tangiza, subiri mbele
zogo	kelele, fujo
zohali	uvivu, hali ya kukata tamaa hata kabla ya kujaribu jambo
zumaridi	jiwe lenye thamani kubwa

www.ingramcontent.com/pod-product-compliance
Lightning Source LLC
Chambersburg PA
CBHW051543230426
43669CB00015B/2705